AF747741

മന്ത്രമോതിരം

manthramothiram
(russian nadodikkadhakal)

•

b m suhara

•

first edition
august 2013

•

typesetting
sailasree

•

published
chintha publishers, thiruvananthapuram

•

printed

•

cover & illustration
ajay kannadi

Rights reserved

വിതരണം

ദേശാഭിമാനി ബുക്ക് ഹൗസ്

H O തിരുവനന്തപുരം–695 035
phone: 0471-2303026, 6063026
www.chinthapublishers.com
chinthapublishers@gmail.com

ബ്രാഞ്ചുകൾ

ഹെഡ്ഡാഫീസ് ബ്രാഞ്ച് കുന്നുകുഴി • ഓവർബ്രിഡ്ജ് തിരുവനന്തപുരം • കെ എസ് ആർ ടി സി ബസ് സ്റ്റേഷൻ ആലപ്പുഴ • കെ എസ് ആർ ടി സി ബസ് സ്റ്റേഷൻ എറണാകുളം • മച്ചിങ്ങൽ ലെയ്ൻ തൃശൂർ • ഐ ജി റോഡ് കോഴിക്കോട് • മാവൂർ റോഡ് കോഴിക്കോട് • എൻ ജി ഒ യൂണിയൻ ബിൽഡിങ് കണ്ണൂർ • സെൻട്രൽ ബസ് ടെർമിനൽ കോംപ്ലക്സ് താവക്കര കണ്ണൂർ

CO - 1956 / 3315

മന്ത്രമോതിരം

(റഷ്യൻ നാടോടിക്കഥകൾ)

പുനരാഖ്യാനം

ബി എം സുഹറ

ചിന്ത പബ്ലിഷേഴ്സ്
തിരുവനന്തപുരം-695 035

ബി എം സുഹറ

കോഴിക്കോട് ജില്ലയിലെ തിക്കോടിയിൽ ജനിച്ചു.

പിതാവ്: വൈദ്യേരകത്ത് മമ്മദുകുട്ടി ഹാജി.

മാതാവ്: ബടയക്കണ്ടി മാളിയേക്കൽ മറിയുമ്മ.

തിക്കോടി പ്രൈമറിസ്കൂൾ, കോഴിക്കോട് പ്രോവിഡൻസ് ഹൈസ്കൂൾ, പ്രോവിഡൻസ് കോളേജ് എന്നിവിടങ്ങളിൽ വിദ്യാഭ്യാസം.

കൃതികൾ: *കിനാവ്, മൊഴി, ഇരുട്ട്, നിലാവ്, നിഴൽ, ആകാശഭൂമികളുടെ താക്കോൽ, പ്രകാശത്തിനുമേൽ പ്രകാശം* (നോവൽ), *കുഹൂ... കുഹൂ..., ചോയിച്ചി, ഭ്രാന്ത്,* (കഥകൾ) *മലമുകളിലെ അപ്പൂപ്പൻ, കുട്ടികളുടെ അറബിക്കഥകൾ, ഏഴാങ്ങളമാരും ഒരു കുഞ്ഞുപെങ്ങളും, പവിഴപ്പുറ്റ്, പഞ്ചതന്ത്രം കഥകൾ* (ബാലസാഹിത്യം), *അമൃതപുത്രി, കൊട്ടാരത്തെരുവ്, സൈനിന്റെ കല്യാണം* (പരിഭാഷ), *മുഖാമുഖം* (അഭിമുഖങ്ങൾ).

പുരസ്കാരങ്ങൾ: ലളിതാംബിക അന്തർജനം സ്മാരക വിശേഷാൽ പുരസ്കാരം(1992), കെ ബാലകൃഷ്ണൻ സ്മാരക അവാർഡ് (2004), *ഇരുട്ടും നിലാവും* ഇംഗ്ലീഷിലേക്കും *മൊഴി* കന്നടയിലേക്കും വിവർത്തനം ചെയ്യപ്പെട്ടു. കേന്ദ്രസാഹിത്യ അക്കാദമിയുടെ ഇന്ത്യൻ ലിറ്ററേച്ചറിൽ കഥാപരിഭാഷകൾ പ്രസിദ്ധീകരിച്ചിട്ടുണ്ട്.

പദവികൾ: കേരള സ്റ്റേറ്റ് ലൈബ്രറി കൗൺസിൽ അംഗം, *ഗ്രന്ഥാലോകം മാസിക*യുടെ പത്രാധിപ (1995–2001)

ഭർത്താവ് : എഴുത്തുകാരൻ ഡോ. എം എം ബഷീർ

മക്കൾ : അജ്മൽ ബഷീർ, അനീസ് ബഷീർ

കാർട്ടൂണിസ്റ്റ് ബി എം ഗഫൂറും എഴുത്തുകാരി ഉമ്മി അബ്ദുള്ളയും സഹോദരങ്ങൾ.

വിലാസം : മാളിയേക്കൽ
ചേവായൂർ (പി ഒ)
കോഴിക്കോട് – 673017

ഉള്ളടക്കം

ആമുഖം

റഷ്യൻ നാടോടിക്കഥകളിൽ കുട്ടികൾക്കുവേണ്ടി ഒട്ടേറെ കഥകളുണ്ട്. അവ ഭാവനയുടെ കാൽപ്പനിക ലോകങ്ങളിലേക്കു കൂട്ടിക്കൊണ്ടുപോകുന്നവയാണ്. കുട്ടികളുടെ ഭാവനയെയും അനുഭവബോധത്തെയും വിപുലപ്പെടുത്തുകയും യഥാർഥജീവിതത്തിലെ പല പ്രശ്നങ്ങൾക്കും പരിഹാരം കാണാനുള്ള പ്രേരണകൾ നൽകുകയും ചെയ്യുന്ന അത്തരം കഥകൾ ഒരേസമയം രസിപ്പിക്കുകയും പഠിപ്പിക്കുകയും ചെയ്യുന്നു.

റഷ്യൻ നാടോടിക്കഥകളിൽനിന്നു തെരഞ്ഞെടുത്ത നാലു കുട്ടിക്കഥകളുടെ പരിഭാഷയാണ് ഇവിടെ ചേർത്തിട്ടുള്ളത്.

1

മന്ത്രമോതിരം

പണ്ടുപണ്ട് ഒരിടത്തു മൂന്നു സഹോദരൻമാർ ഉണ്ടായിരുന്നു. അവർക്കു മൂന്നു കണ്ടം വയലുണ്ടായിരുന്നു. ഇരുവശവും ഓരോന്ന്, നടുവിൽ ഒന്ന്. അവർ ഒരു ദിവസം കൊണ്ട് അതു മുഴുവൻ ഉഴുതുമറിച്ചു വിത്തിട്ടു. അക്കൊല്ലം ധാരാളം നെല്ലു വിളഞ്ഞു. കടലുപോലെ പരന്നു കിടക്കുന്ന നെല്ലുകണ്ട് കർഷകരുടെ ഹൃദയം നിറഞ്ഞു. പെട്ടെന്നു മാനം ഇരുണ്ടു. കനത്ത മഞ്ഞു പെയ്യാൻ തുടങ്ങി. രണ്ടു വശങ്ങളിലുമുണ്ടായിരുന്ന കണ്ടങ്ങൾക്കു നഷ്ടമൊന്നും പറ്റിയില്ല. പക്ഷേ, നടുവിലെ കണ്ടത്തിലെ വിള അപ്പാടെ നശിച്ചുപോയി.

നശിച്ച വയലിന്റെ ഉടമസ്ഥനായ കൃഷിക്കാരന്റെ മനസ്സു കരിഞ്ഞു. നെടുവീർപ്പിടാനല്ലാതെ ഒന്നിനും അയാൾക്കു സാധിച്ചില്ല. അയാൾ അരിവാളുമായി ജോലി തേടി പുറപ്പെട്ടു.

അയാൾ നടന്നുനടന്ന് ഒരു ധനികന്റെ വീട്ടിലെത്തി. വലിയ ജന്മി, ഏക്കർ കണക്കു പാടത്തു ഗോതമ്പു വിളഞ്ഞു കിടക്കുന്നു. നൂറുദിവസം വേണം കൊയ്തു തീരാൻ. ജന്മിയോടു ചോദിച്ചു: ഈ പാടം ഒരു ദിവസം കൊണ്ടു കൊയ്തു തന്നാൽ നിങ്ങൾ എനിക്ക് എന്തു തരും?

'വിളവിൽ പാതി'. ജന്മി പറഞ്ഞു.

അതിരാവിലെ സൂര്യൻ ഉദിച്ചതും കൃഷിക്കാരൻ കൊയ്ത്ത് തുടങ്ങി.

ചായപോലും കുടിക്കാൻ നിൽക്കാതെയാണ് പാടത്തി റങ്ങിയത്. ഉച്ചയാകുമ്പോഴേക്കു കറ്റകെട്ടിത്തീർന്നു. ഉച്ച കഴിഞ്ഞതും കെട്ടിവച്ച കറ്റകൾ കൊയ്തുതുടങ്ങി. കൊയ്തു കൊയ്തു നേരം അസ്തമിക്കാറായത് അയാൾ അറിഞ്ഞില്ല. പെട്ടെന്നു തല ഉയർത്തിയപ്പോൾ സൂര്യൻ കടലിൽ താഴാൻ പോകുന്നു. ഒരു കെട്ടു കറ്റയാക്കി. 'സൂര്യഭഗവാനേ കുറച്ചുനേരം കൂടി ക്ഷമിക്ക്. ഈ കറ്റകൂടി ഒന്നു കൊയ്തോട്ടെ'.

പക്ഷേ, സൂര്യൻ അതു കേട്ടതായി ഭാവിച്ചില്ല. പതിവുസ മയത്തു തന്നെ അസ്തമിച്ചു. അയാൾ അവസാനത്തെ കതിരും കൊയ്തു നടുനിവർത്തിയപ്പോൾ ഉടമസ്ഥൻ എത്തി. അപ്പോഴേ ക്കും സൂര്യൻ മറഞ്ഞിരുന്നു. കുന്നുകൂടിക്കിടക്കുന്ന കറ്റകണ്ടു ജന്മിക്കു സന്തോഷമായി.

'പറഞ്ഞതുപോലെ പപ്പാതി'. ജന്മി പറഞ്ഞു.

'വേണ്ട, ഭാഗ്യം എന്നെ തുണച്ചില്ല. സൂര്യൻ ചതിച്ചു. അസ്തമിച്ച ശേഷമാണ് ഞാൻ അവസാനത്തെ കറ്റകൊയ്തത്. എനിക്ക് വാക്ക് പാലിക്കാൻ കഴിഞ്ഞില്ല. ഞാൻ പോകുന്നു. എനിക്ക് എന്റെ വഴി, നിങ്ങൾക്കു നിങ്ങളുടെ വഴി.' അതും പറഞ്ഞു അയാൾ നടന്നു. അലഞ്ഞു തിരിഞ്ഞ് ഒരു രാജ കൊട്ടാരത്തിലെത്തി. സങ്കടം രാജാവിനെ ബോധിപ്പിച്ചു. രാജാവ്

അയാളെ നാലുവര്‍ഷത്തേക്കു മേച്ചില്‍ക്കാരനായി നിയമിച്ചു. രാജാവും ഒരു കരാര്‍ വെച്ചു. നാലുകൊല്ലത്തിനകം ഒരാടുപോലും ചാവരുത്, ചെന്നായ പിടിക്കരുത്. ഒരു കേടും പറ്റാതെ ആടുകളെ തിരിച്ചേല്‍പ്പിച്ചാല്‍ പകുതി ആടുകളെ ആട്ടിടയനു നല്‍കും. അല്ലെങ്കില്‍ ആട്ടിടയന്‍ പ്രതിഫലം കൂടാതെപിരിഞ്ഞു പോകണം.

ഇടയന്‍ സമ്മതിച്ചു. അയാള്‍ ആടുകളെയുംകൊണ്ടു മേച്ചില്‍ സ്ഥലം തേടി പോയി.

നാലുകൊല്ലം തീരാറായി. ആടുകളൊന്നും

ചത്തില്ല. മാത്രമല്ല, എല്ലാ ആടുകളും മുമ്പത്തേക്കാൾ തടിച്ചു കൊഴുത്തു. പെറ്റും പെരുകിയും ആട്ടിൻകൂട്ടം മുമ്പത്തേക്കാൾ ഏറി. പക്ഷേ, കഷ്ടകാലമെന്നല്ലാതെ എന്തു പറയാൻ! മടക്ക യാത്രയിൽ ഒരു ചെന്നായ ഒരാട്ടിൻകുട്ടിയെയും കടിച്ചെടുത്തു കാട്ടിലേക്കോടി. ഇടയനു എന്തെന്നില്ലാത്ത സങ്കടമായി. അയാൾ ആടുകളുമായി കൊട്ടാരത്തിലെത്തി. ആട്ടിൻകൂട്ടത്തെ കണ്ട് രാജാവിന് സന്തോഷമായി. മുമ്പത്തേക്കാൾ ഏറിയിരിക്കുന്നു. പിന്നെ സന്തോഷം തോന്നില്ലേ?

'ഇതിൽ പകുതി നിനക്ക്'. രാജാവു പറഞ്ഞു.

'എനിക്കു വേണ്ട. ഞാൻ വിശ്വാസവഞ്ചന ചെയ്യില്ല. വരുന്ന വഴിക്ക് ഒരാട്ടിൻകുട്ടിയെ ചെന്നായ പിടിച്ചു. എനിക്കു വാക്കു പാലിക്കാൻ കഴിഞ്ഞില്ല. അതുകൊണ്ടു പങ്കു വേണ്ട'.

അയാൾ വീണ്ടും യാത്ര തുടർന്നു. വല്ലാതെ തളർന്നപ്പോൾ ഒരു നദീതീരത്തു വിശ്രമിക്കാനിരുന്നു. നദിയിൽ മൂന്നു സുന്ദരിമാർ മുങ്ങിക്കുളിക്കുന്നു. മൂന്നു അതിസുന്ദരിമാർ. അയാൾ എണീറ്റ് പതുങ്ങിച്ചെന്ന് ഒരുവളുടെ കൈയും പിടിച്ചു ഓടി. ഓടിയോടി അവർ ഒരു പാടത്തെത്തി. അയാൾ ഓട്ടം നിർത്തി.

'എവിടെച്ചെന്നാലും എന്തു ചെയ്താലും നിർഭാഗ്യം എന്നെ പിന്തുടരുന്നു. എന്തു ചെയ്താലും നഷ്ടം, എനിക്ക് മടുത്തു.'

ഇതു കേട്ടപ്പോൾ സൂര്യപുത്രി പറഞ്ഞു: 'നിരാശപ്പെടേണ്ട. എന്റെ കൈയിൽ ഒരു ദിവ്യമോതിരമുണ്ട്. അതു ഞാൻ നിങ്ങൾക്കു സ്ത്രീധനമായി തരാം. ഇതു താഴെയിട്ടാൽ ഒരു മേശ വരും. അപ്പോൾ മോതിരമെടുത്തു മേശപ്പുറത്ത് വെയ്ക്കണം. അപ്പോൾ സ്വാദൂറുന്ന ഭക്ഷണസാധനങ്ങൾ മേശയിലെത്തും. മോതിരം മേശപ്പുറത്തുനിന്നു മാറ്റിയാൽ തീറ്റസാധനങ്ങൾ അപ്രത്യക്ഷമാവും. ഇതു മാത്രമാണെന്റെ സ്വത്ത്. ഇതു കളയരുത്.'

അയാൾക്കു സന്തോഷമായി. ദിവസങ്ങൾ ഒന്നൊന്നായി കഴിഞ്ഞു. മൂന്നു നേരവും വിഭവസമൃദ്ധമായ സദ്യ. രണ്ടുപേരും

സുഖമായി കഴിഞ്ഞു. അയാൾ ഇടയ്ക്കിടെ തന്റെ അയൽക്കാരെ വിരുന്നിനു ക്ഷണിക്കുമായിരുന്നു.

'ഹാ, എത്ര നല്ല ഭക്ഷണം. നിങ്ങളുടെ ഭാര്യയുടെ കൈപ്പുണ്യം നാടറിയട്ടെ. നമുക്കു രാജാവിനെ സദ്യയ്ക്കു ക്ഷണിക്കണം.'

നാട്ടുകാർ അയാളെ നിർബന്ധിക്കാൻ തുടങ്ങി. അയാളെ അതിൽ നിന്നു പിന്തിരിപ്പിക്കാൻ സൂര്യപുത്രി ശ്രമിക്കാതിരുന്നില്ല.

'മിണ്ടാതിരുന്നോളൂ. രാജാവിനെ വിരുന്നിനു ക്ഷണിക്കുക നേരമ്പോക്കല്ല. വേണ്ടാത്ത ഏടാകൂടങ്ങളിലൊന്നും ചെന്നു ചാടേണ്ട. നമുക്കാകെയുള്ള സ്വത്താണ് ഈ മോതിരം. അതു നഷ്ടപ്പെട്ടാൽ വീണ്ടും മുഴുപ്പട്ടിണിയാകും.'

'ഞാൻ രാജാവിനെ ക്ഷണിക്കും. നമ്മുടെ വീട്ടിൽ രാജാവ് എഴുന്നള്ളിയാൽ നമ്മുടെ നിലയും വിലയും ഏറും. നമ്മൾ ഗ്രാമീണരും മോശക്കാരല്ലെന്ന് അദ്ദേഹത്തിനു കാണിച്ചുകൊടുക്കണം. ഒരു രാജാവിനെ വിരുന്നൂട്ടാനുള്ള സ്ഥിതിയൊക്കെ നമുക്കുമുണ്ടെന്ന് അദ്ദേഹവും അറിയട്ടെ.'

ഭാര്യയുടെ വാക്കുകൾ കേൾക്കാതെ അയാൾ രാജാവിനെ ക്ഷണിക്കാൻ പുറപ്പെട്ടു.

'അവിടുന്ന് ഒരു നേരത്തെ ആഹാരം ഞങ്ങളുടെകൂടെ

കഴിക്കണം.'

അയാൾ കൊണ്ടുപോയ കാഴ്ചവസ്തുക്കൾ രാജാവിന്റെ കാൽക്കൽ വെച്ചിട്ട് അപേക്ഷിച്ചു.

രാജാവ് ആ ക്ഷണം ചിരിച്ചു തള്ളി.

അദ്ദേഹം പറഞ്ഞു: 'നീ ആരാണ്? അങ്ങനെ ആരെങ്കിലുമൊക്കെ വന്നു വിളിച്ചാൽ എനിക്കു വരാൻ പറ്റില്ല. നീ ക്ഷണിച്ച സ്ഥിതിക്ക് എന്റെ മന്ത്രിമാരെ അയയ്ക്കാം. 'ആരവിടെ? പ്രധാനമന്ത്രി, നിങ്ങളും അനുചരൻമാരും ഇവന്റെ കൂടെ ചെല്ലുക. ഇവന്റെ ഉദ്ദേശ്യം എന്താണെന്ന് അറിയണമല്ലോ. നമ്മെ വിഡ്ഢിയാക്കാൻ ശ്രമിക്കുകയാണോ എന്ന് അറിഞ്ഞു വരണം.'

രാജാവു കൽപ്പിച്ചു.

അയാൾ മന്ത്രിയേയും അനുചരൻമാരേയും കൂട്ടി യാത്ര തിരിച്ചു. വഴിയിൽവെച്ചു പ്രധാനമന്തിക്കു വിശന്നു.

'വല്ലാതെ വിശക്കുന്നു. ഉടനെ തിന്നാനെന്തെങ്കിലും കിട്ടണം.'

ഭൃത്യൻമാർ നാലുപാടും ഓടി. അവസാനം ഒരു കാട്ടുകോഴിയെ കിട്ടി.

കോഴിയെ ചുടാനെന്താ വഴി? അവർ ആലോചിച്ചു.

ഒരു ഭൃത്യൻ തീയന്വേഷിച്ചു പുറപ്പെട്ടു.

കുറേ ചെന്നപ്പോൾ ഒരു മൺകുടിൽ കണ്ടു. അകത്തു ചെന്നപ്പോൾ അടുപ്പിൽ തീ എരിയുന്നു. അയാൾ കോഴിയെ വൃത്തിയാക്കി, അടുപ്പിനടുത്തു കണ്ട ഭരണികൾ പരതിയപ്പോൾ അയാൾക്ക് ഉപ്പും മുളകും കിട്ടി. ഉപ്പും മുളകും തേച്ച കോഴിയെ അയാൾ ഒരു കമ്പിൽ കുത്തി അടുപ്പിൽ വെച്ചു. പെട്ടെന്ന് അപ്സരസ്സിനെപ്പോലെ ഒരു രൂപം കണ്ടു ഭൃത്യൻ മിഴിച്ചുനിന്നുപോയി. പരിസരബോധം വന്നപ്പോൾ കോഴി കിടന്നു കരിയുന്നു. അയാൾ പെട്ടെന്നു തീയണച്ചു. കോഴി കരിഞ്ഞു നാശമായിരിക്കുന്നു. വേറെ വഴിയൊന്നുമില്ലാതെ അയാൾ കോഴിയെ പാത്രത്തിലാക്കി മന്ത്രിയുടെ മുമ്പിൽ വെച്ചുകൊടുത്തു. പ്രധാനമന്ത്രി ചോദിച്ചു:

'നിനക്ക് കണ്ണില്ലേടാ? കോഴി കരിഞ്ഞതെങ്ങനെ?'

'ക്ഷമിക്കണം അങ്ങുന്നേ. ഞാൻ കോഴിയെ ചുട്ടുകൊണ്ടിരുന്നപ്പോൾ ആ കുടിലിൽ ഒരു അപ്സര കന്യക എത്തി. അവളെ കണ്ടതും എന്റെ കണ്ണ് മിഴിച്ചു പോയി. ഹമ്പോ! എന്തൊരു സൗന്ദര്യം! എനിക്ക് ഒന്നും കാണാനോ കേൾക്കാനോ കഴിഞ്ഞില്ല. മുമ്പിൽ അവൾ മാത്രം! അങ്ങനെയാണ് കോഴി കരിഞ്ഞത്.'

'ഒരു ചെറ്റക്കുടിലിൽ അപ്സരസ്സോ? ആരാണവൾ? അതറിഞ്ഞിട്ടു ഇനി വേറെ കാര്യം.'

മന്ത്രിയും പരിവാരങ്ങളും കുതിരപ്പുറത്ത് കയറി പുറപ്പെട്ടു. അവർ ഭൃത്യൻ കാണിച്ചുകൊടുത്ത കുടിലിന്റെ മുമ്പിൽ എത്തി. എല്ലാവരും കുതിരപ്പുറത്തു നിന്നിറങ്ങി കുടിലിനകത്തേക്ക്

ചെന്നു. ആ തക്കത്തിൽ ഗ്രാമീണൻ മോതിരം താഴെയിട്ടു. അപ്പോൾ മേശ വന്നു. അയാൾ മോതിരം മേശപ്പുറത്തിട്ടപ്പോൾ പലതരം വിഭവങ്ങൾ നിരന്നു.

മന്ത്രിയും പരിവാരങ്ങളും പുറത്ത് വന്നപ്പോൾ മേശപ്പുറം നിറയെ വിശേഷപ്പെട്ട ആഹാരസാധനങ്ങൾ. പലതരം പാനീയങ്ങൾ. കൊതിയൂറുന്ന മണം. മന്ത്രി അത്ഭുതപ്പെട്ടു. അടുത്തെങ്ങും ആരുമില്ല. ഇത്ര ക്ഷണത്തിൽ ഇത്രയും വിഭവങ്ങൾ ആരുണ്ടാക്കി? പെട്ടെന്നു കുടിലിൽ നിന്നും സൂര്യപുത്രി പുറത്തേക്ക് വന്നു. അവർക്ക് അവളുടെ മുഖത്തുനിന്ന് കണ്ണെടുക്കാൻ കഴിഞ്ഞില്ല.

'ഇതാണ് അടിയന്റെ കുപ്പമാടം, ഭക്ഷണം കഴിച്ചാലും.'

സൂര്യപുത്രിയുടെ ഭർത്താവ് ക്ഷണിച്ചതു കേട്ടു മന്ത്രിയും പരിവാരങ്ങളും ഭക്ഷണത്തിനിരുന്നു. അയാൾ അതിഥികളെ സന്തോഷിപ്പിച്ചു തിരിച്ചയച്ചു.

മന്ത്രി കൊട്ടാരത്തിൽ തിരിച്ചെത്തി. രാജാവിനെ മുഖം കാണിച്ചു.

'എന്തായിരുന്നു അവിടെ വിശേഷം?' രാജാവ് ആരാഞ്ഞു.

മന്ത്രി നടന്നതെല്ലാം വിവരിച്ചു.

'എന്താ ആ പെണ്ണിന്റെ സൗന്ദര്യം. ഈരേഴു ലോകത്തും അവളെപ്പോലൊരുത്തിയെ കാണാനില്ല. ആ കോന്തന് അങ്ങനെയൊരു ഭാര്യ ഒരിക്കലും ചേരില്ല. അവൾ അങ്ങയോടു ചേരണ്ടവളാണ്.'

അതുകേട്ട രാജാവ് ആശയക്കുഴപ്പത്തിലായി.

'എന്തു പറഞ്ഞാണ് അവളെ കൊണ്ടുവരിക? അന്യന്റെ ഭാര്യയെ വെറുതെ പിടിച്ചുകൊണ്ടുവരാൻ പറ്റുമോ?' രാജാവു ചോദിച്ചു.

'വഴിയൊക്കെ ഞാൻ പറഞ്ഞുതരാം. അയാളെ ഉടനെ വിളിപ്പിക്കണം. സൂര്യന്റെ സ്വർണരോമം കൊണ്ടുവരാൻ കൽപ്പിക്കണം. ആ വിഡ്ഢിയാൻ അതന്വേഷിച്ചു പുറപ്പെടും. അയാൾക്കൊരിക്കലും തിരിച്ചുവരാനാവില്ലെന്ന് ഉറപ്പല്ലേ. പിന്നെ ആ

പെണ്ണിനെ പിടിച്ചു കൊണ്ടുപോരാൻ എന്താണ് തടസ്സം?'

ഉടനെ രാജാവു ഗ്രാമീണനെ വിളിപ്പിച്ചു.

'എനിക്ക് സൂര്യന്റെ രോമം വേണം. നീയാണ് അതിനു പറ്റിയവൻ. ഉടനെ പുറപ്പെട്ടോളൂ.'

സൂര്യന്റെ മരുമകനായ ഗ്രാമീണന് ആധിയായി. സൂര്യന്റെ രോമം എവിടെച്ചെന്നു കൊണ്ടുവരും? അയാൾ സങ്കടത്തോടെ വീട്ടിലെത്തി വിവരം ഭാര്യയോടു പറഞ്ഞു. രാജാവിനെ സദ്യയ്ക്കൊന്നും ക്ഷണിക്കേണ്ടെന്നു ഞാൻ പറഞ്ഞതല്ലേ? ഇപ്പോൾ എന്തായി? ഇനി ദു:ഖിച്ചിരുന്നിട്ട് എന്താ കാര്യം? ഉടനേ പുറപ്പെട്ടോളൂ.'

സൂര്യപുത്രി പറഞ്ഞു. 'ഞാനെന്റെ ബന്ധുക്കൾക്ക് ഒരു കത്തുതരാം. അവർ തീർച്ചയായും നിങ്ങളെ സഹായിക്കും.'

ഭാര്യയുടെ കത്തുമായി അയാൾ പുറപ്പെട്ടു. പല രാജ്യങ്ങളും കടന്നു. ദിവസങ്ങളോളം യാത്ര ചെയ്തു. കാടും മേടും കടന്നു. വരണ്ടുണങ്ങിയ മരുഭൂമിയും പച്ചപിടിച്ച സമതലങ്ങളും കടന്ന് അയാൾ സൂര്യചന്ദ്രൻമാരുടെ രാജ്യത്തെത്തി.

സൂര്യൻ നാട്ടിൽ വെളിച്ചം നൽകാനായി പുറപ്പെട്ടുകഴിഞ്ഞിരുന്നു. പക്ഷേ, ചന്ദ്രൻ വീട്ടിലുണ്ടായിരുന്നു. സൂര്യപുത്രി കൊടുത്തയച്ച കത്തുവായിച്ച് അയാൾ അവനെ തിരിച്ചറിഞ്ഞു. അമ്പിളിയമ്മാവൻ അയാളെ സന്തോഷത്തോടെ സ്വീകരിച്ചു.

'നിന്റെ അമ്മാവൻ തിരിച്ചെത്താറാവുന്നേയുള്ളൂ. പക്ഷേ, അദ്ദേഹത്തിന്റെ ചൂടുതാങ്ങാനുള്ള കരുത്തു നിനക്കില്ല. നീ കരിഞ്ഞു ചാമ്പലായിപ്പോകും. ഒരു കാര്യം ചെയ്യാം, ഞാൻ നിന്റെ രൂപം മാറ്റിത്തരാം.'

ചന്ദ്രൻ അയാളെ ഒരു സൂചിയാക്കി മാറ്റി, ഒരു തൂണിൽ തറച്ചു.

സന്ധ്യയായപ്പോൾ സൂര്യൻ തിരിച്ചെത്തി.

'മനുഷ്യന്റെ ചൂരടിക്കുന്നു.' സൂര്യൻ പറഞ്ഞു.

'വിഡ്ഢിത്തം പറയേണ്ട. ഇവിടെ എങ്ങനെയാ മനുഷ്യൻ എത്തുന്നത്? നീയാണല്ലോ ഉലകം ചുറ്റും വാലിഭൻ? മനുഷ്യ

മണവുമായി തിരിച്ചെത്തിയതു നീതന്നെയാണ്'.

എന്നിട്ടു പറഞ്ഞു: 'അതൊക്കെ പോട്ടെ, നിന്റെ മരുമകൻ നമ്മെ കാണാനായി വന്നു എന്നു കരുതൂ. നീ അവനെ കരിച്ച് ചാമ്പലാക്കുമോ?'

'ഹേയ്, ഒരിക്കലുമില്ല. എന്റെ മരുമകനെ കാണാൻ എനിക്കും മോഹമുണ്ട്. അയാൾ എങ്ങനെയുള്ളവനാണെന്ന് എനിക്ക് അറിയണമല്ലോ.'

ചന്ദ്രൻ ഉടനെ സൂചിയെ മനുഷ്യനാക്കി മാറ്റി. മരുമകൻ സൂര്യന്റെ കാൽക്കൽ വീണു വന്ദിച്ചു. സൂര്യൻ അയാളെ അനുഗ്രഹിച്ചു. മകളുടെ കാര്യങ്ങൾ അന്വേഷിച്ചു: 'എന്താ പെട്ടെന്നിങ്ങോട്ട് വന്നത്? മകൾക്കു സുഖം തന്നെയല്ലേ'?.

'സുഖം തന്നെ. പക്ഷേ, ഞാനിപ്പോൾ കുഴപ്പത്തിലാണ്. രാജാവ് അങ്ങയുടെ മകളെ എന്നിൽനിന്നു

തട്ടിപ്പറിക്കാൻ ശ്രമിക്കുകയാണ്. അങ്ങയുടെ സുവർണരോമത്തിനുവേണ്ടിയാണ് എന്നെ അയച്ചിരിക്കുന്നത്. അത് എത്തിച്ചുകൊടുത്തില്ലെങ്കിൽ അദ്ദേഹം എന്റെ ഭാര്യയെ തട്ടിക്കൊണ്ടുപോകും'.

'പേടിക്കണ്ട, എല്ലാം ശരിയാകും. ഇപ്പോൾ എന്റെ പഴത്തോട്ടത്തിൽ ചെന്നു വിശ്രമിക്ക്'. സൂര്യൻ ആശ്വസിപ്പിച്ചു.

അവർ അയാളെ തോട്ടത്തിലേക്കു കൊണ്ടുപോയി. മനോഹരമായ തോട്ടം, ആപ്പിൾ മരങ്ങൾ നിറയെ ചുവന്നു തുടുത്ത ആപ്പിളുകൾ, കായ്ച്ചു നിൽക്കുന്ന മുന്തിരിവള്ളികൾ, വിളഞ്ഞു നിൽക്കുന്ന നാരങ്ങ, പലതരം പൂക്കൾ, എങ്ങും നറുമണം.

അയാൾക്കു തോട്ടം നന്നേ പിടിച്ചു. തോട്ടത്തിൽ കുറേനേരം ചുറ്റി നടന്നു. അപ്പോഴേക്കും വിശന്നു തളർന്നു. സൂര്യൻ പറഞ്ഞു: 'ഇനി കുറച്ചുനേരം വിശ്രമിക്ക്. വരുണനനും ചെന്നായയും നിനക്കു വേണ്ടതെല്ലാം ഒരുക്കിത്തരും.'

ചെന്നായ ഉടൻ മേശയുമായി എത്തി. വരുണൻ ഭക്ഷണം വിളമ്പി. അയാളുടെ കൈയിൽ ഓക്കുമരത്തിന്റെ ഒരു ചില്ല ഉണ്ടായിരുന്നു. അതയാൾ വെറുതെ ചുഴറ്റിക്കൊണ്ടിരുന്നു. ചെന്നായയെ അടുത്തുവിളിച്ചു അയാൾ ചോദിച്ചു. നിനക്കെന്നെ ഓർമയുണ്ടോ? പണ്ടൊരിക്കൽ ഞാൻ മേച്ചിൽക്കാരനായിരുന്നു. നാലു കൊല്ലത്തോളം ഞാൻ ആടിനെ മേച്ചു നടന്നു. ആടുകളെ എന്റെ കണ്ണിലെ കൃഷ്ണമണിപോലെ കാത്തുസൂക്ഷിച്ചു. കരാറിൽ പറഞ്ഞ പ്രകാരം ആടുകളെ രാജാവിനെ ഏൽപ്പിക്കാൻ മടക്കയാത്ര ആരംഭിച്ചപ്പോൾ നീ എല്ലാം താറുമാറാക്കി, വഴിയിൽ

ഒളിച്ചിരുന്ന നീ എന്റെ ഒരാട്ടിൻകുട്ടിയെ കടിച്ചെടുത്തുകൊണ്ടു കാട്ടിലേക്കോടി. എനിക്കു വാക്കുപാലിക്കാൻ സാധിച്ചില്ല. നാലുകൊല്ലത്തെ എന്റെ അലച്ചിൽ നീ കാരണം വെറുതെയായി. നീ അതൊന്നും ഓർക്കുന്നുണ്ടാവില്ല, അല്ലേ? നീ എന്തിനാ അങ്ങനെ ചെയ്തത്? അതും പറഞ്ഞ് അയാൾ ചെന്നായയെ തലങ്ങും വിലങ്ങും അടിച്ചു; പകതീരുന്നതുവരെ.

പിന്നീട് വരുണദേവനെ അടുത്തു വിളിച്ചു. 'നീ കാരണമാണ് എനിക്ക് തെണ്ടേണ്ടിവന്നത്. ഞാൻ കൃഷിക്കാരനായിരുന്നു. നീ എന്റെ പാടത്തെ വിള അപ്പാടെ നശിപ്പിച്ചു. നീ അതുമറന്നു അല്ലേ? പക്ഷേ, ഞാൻ മറന്നിട്ടില്ല. നീ എന്തിനാ അങ്ങനെ ചെയ്തത്?'

അയാൾ വരുണദേവനെയും അടിച്ചു ശരിയാക്കി. ദേവന്റെ കണ്ണുകൾ പൊട്ടി കുരുടനായി. അരിശം തീർന്നപ്പോൾ അയാൾ ഭക്ഷണം കഴിക്കാനായി ഇരുന്നു. ഭക്ഷണം കഴിഞ്ഞ് അയാൾ തോട്ടത്തിൽ ചെന്നു.

അയാൾ ഓരോ മരവും വെട്ടിനുറുക്കി തോട്ടമാകെ നശിപ്പിച്ചു. അങ്ങനെ സൂര്യനോടു പകരം വീട്ടി.

വരുണദേവനും ചെന്നായയും സൂര്യനെ ചെന്നു കണ്ട് പരാതി പറഞ്ഞു. സൂര്യൻ തോട്ടത്തിലെത്തി. തോട്ടം താറുമാറായി കിടക്കുന്നു. ഒറ്റ മരംപോലും ബാക്കിയില്ല. സൂര്യന് സഹിക്കാനായില്ല. 'എന്താ നീ ഈ കാണിച്ചത്? സൂര്യൻ അരിശപ്പെട്ടു. ഞാനൊരു പാവം കർഷകനായിരുന്നു. എനിക്കൊരു ചോളവയലുണ്ടായിരുന്നു. ഈ വരുണൻ അതിലെ വിളയൊക്കെ നശിപ്പിച്ചു. ഗതിയില്ലാതെ എനിക്കു നാടുവിടേണ്ടി വന്നു. അതുകഴിഞ്ഞ് ഞാനൊരു പാടത്തു കൊയ്യാനിറങ്ങി. സൂര്യൻ അസ്തമിക്കുന്നതിനുമുമ്പ് കൊയ്തുതീർന്നാൽ വിള പപ്പാതി എന്നായിരുന്നു കരാർ. ഒരൊറ്റ കതിർ ബാക്കിയായപ്പോൾ താങ്കൾ മറഞ്ഞു. ഞാൻ കാലുപിടിച്ചു പറഞ്ഞിട്ടും കേട്ടതായി നടിച്ചില്ല. പിന്നെ ഞാനൊരു മേച്ചിൽകാരനായി. ഈ ചതിയൻ ചെന്നായ എന്റെ ഒരാട്ടിൻകുട്ടിയെ മോഷ്ടിച്ചു. അങ്ങനെ അവിടെയും

ഞാൻ പരാജയപ്പെട്ടു. ജീവിക്കാൻ വഴിയില്ലാതായി.

സൂര്യനു മറുപടി പറയാനായില്ല. മരുമകനോടു ദേഷ്യപ്പെടാനും കഴിഞ്ഞില്ല. സ്വർണരോമം നൽകി മരുമകനെ യാത്രയാക്കി.

അയാൾ നാട്ടിൽ ചെന്നു സ്വർണരോമം രാജാവിനു കാഴ്ച വെച്ചു. അയാളുടെ ഭാര്യയെ തട്ടിയെടുക്കാനുള്ള ശ്രമം അങ്ങനെ പൊളിഞ്ഞു. രാജാവ് പ്രധാനമന്ത്രിയോടു ചോദിച്ചു: 'ഇനി എന്തു ചെയ്യും?'

മന്ത്രി പറഞ്ഞു: 'അങ്ങു നിരാശപ്പെടരുത്. നമുക്കവനെ പരലോകത്തേക്കു പറഞ്ഞയയ്ക്കാം. മരിച്ചുപോയ അങ്ങയുടെ അമ്മയുടെ കൈവിരലിൽ കിടക്കുന്ന മോതിരം തിരിച്ചുവാങ്ങിക്കൊണ്ടുവരാൻ അവനോടു കൽപ്പിക്കണം.'

രാജാവ് അയാളെ വിളിച്ച് അപ്രകാരം കൽപ്പിച്ചു. അയാൾ ആകെ വിഷമത്തിലായി. വിവരം ഭാര്യയോടു പറഞ്ഞു.

'എന്റെ വാക്കു കേട്ടിരുന്നെങ്കിൽ ഇതൊന്നും വരില്ലായിരുന്നു. ഇനി വരുന്നതെല്ലാം അനുഭവിക്കാം. സാരമില്ല. ഞാൻ ഒരാപ്പിൾ തരാം. നിങ്ങൾ അതു നിലത്തിട്ടുരുട്ടുക. ആപ്പിൾ ഉരുളുന്ന വഴിയെ ചെന്നാൽ മതി. എത്തേണ്ടിടത്ത് എത്തും.'

അവൾ ഒരു ആപ്പിൾ കൊടുത്തു.

അയാൾ ആപ്പിൾ താഴെ ഇട്ടു. ആപ്പിൾ ഉരുളാൻ തുടങ്ങി. ആപ്പിൾ ഉരുണ്ടുരുണ്ടു കാട്ടിലെ ഒരു വെളിമ്പ്രദേശത്ത് എത്തി. അവിടെ ഒരു കലമാൻ നിൽക്കുന്നുണ്ടായിരുന്നു. അതിന്റെ കൊമ്പു വളർന്നു മാനത്തു മുട്ടുന്നുണ്ടായിരുന്നു.

'ഓ. എത്തിപ്പോയി.' അയാൾ സന്തോഷത്തോടെ പറഞ്ഞു.

'എവിടെ എത്തി എന്നാ പറയുന്നത്? എങ്ങോട്ടാ നിന്റെ പുറപ്പാട്'?

'ഞാൻ പരലോകത്തേക്കു പുറപ്പെട്ടതാ, രാജാവിന്റെ അമ്മയെക്കണ്ടു മോതിരം തിരിച്ചുവാങ്ങണം.'

'ഓഹോ അങ്ങനെയാണോ? നീ എനിക്കുവേണ്ടി എന്തെങ്കിലും മരുന്നു വാങ്ങിക്കൊണ്ടു വരണം. നോക്കൂ, എന്റെ

കൊമ്പു വളർന്നു മാനം മുട്ടാറായി, എനിക്കു താങ്ങാനാകുന്നില്ല.'

അയാൾ സമ്മതിച്ചു. ആപ്പിൾ വീണ്ടും ഉരുളാൻ തുടങ്ങി; കൂടെ അയാളും. അങ്ങനെ ഒരു പാറക്കെട്ടിലെത്തി. അവിടെ ഒരു കാളയെ കെട്ടിയിരിക്കുന്നു. അടുത്തെങ്ങും പച്ചപ്പുല്ലോ വൈക്കോലോ വെള്ളമോ ഉണ്ടായിരുന്നില്ല. എന്നിട്ടും കാളക്കൂറ്റൻ തടിച്ചു കൊഴുത്ത് ഉന്മേഷവാനായിരുന്നു.

അയാൾ അതിശയം അടക്കാനാവാതെ ചോദിച്ചു. 'വെള്ളമോ, പുല്ലോ വൈക്കോലോ ഇവിടെങ്ങുമില്ല. എന്നിട്ടും നീയെങ്ങനെ തടിച്ചുകൊഴുത്തു?'

'ഇതിലേ മുമ്പും പലരും കടന്നുപോയിട്ടുണ്ട്. അവരാരും തിരിച്ചുവന്നു കണ്ടിട്ടില്ല.'

അയാൾ ഒരു പുൽമേട്ടിലെത്തി. നിറയെ പലതരം ചെടികൾ പരന്നു കിടക്കുന്ന പച്ചപ്പുൽപ്പരപ്പ്, കാറ്റിൽ തിരമാലപോലെ അലവീശുന്ന പുൽച്ചെടികൾ. പുൽത്തകിടിക്കു നടുവിൽക്കൂടി കളകളത്തോടെ ഒരു പുഴ ഒഴുകുന്നു. തെളിഞ്ഞ വെള്ളം. ഒരു കാളയെ കെട്ടിയിരിക്കുന്നു. പക്ഷേ, തിന്നാനൊന്നും കിട്ടാത്തതു പോലെ കാള മെലിഞ്ഞ് എല്ലുന്തിയിരിക്കുന്നു.

'ഇത്ര നല്ല പച്ചപ്പുല്ലും ഇഷ്ടംപോലെ ശുദ്ധജലവും. എന്നിട്ടും നീയെന്താ ഇങ്ങനെ മെലിഞ്ഞുപോയത്?'

'ഇതുവഴി നടന്നുപോയവരെല്ലാം ഈ ചോദ്യം ചോദിച്ചു. അവരാരും പക്ഷേ മടങ്ങിവന്നില്ല. നീ തിരിച്ചുവരികയാണെങ്കിൽ പറയാം.'

കുറെ ചെന്നപ്പോൾ ഒരു പിച്ചാത്തിപ്പിടിയിൽ സുഖമായി കിടക്കുന്ന ദമ്പതികളെ കണ്ടുമുട്ടി. പിച്ചാത്തിപ്പിടിയിൽ കിടക്കാൻ അവർക്കു വിഷമമില്ലെന്നു മാത്രമല്ല, അവർക്കിരുവശത്തും ഒരുപാട് സ്ഥലം ഒഴിഞ്ഞുകിടക്കുന്നുണ്ടുതാനും. അയാൾ ചോദിച്ചു.

'ഇത്തിരി പോന്ന ഒരു പിച്ചാത്തിപ്പിടിയിൽ സുഖമായി

വിശ്രമിക്കുന്നു! എന്നിട്ടും സ്ഥലം ബാക്കിയാണല്ലോ?'

'നീ ഇതുവഴിതന്നെ തിരിച്ചുവരികയാണെങ്കിൽ ഉത്തരം പറയാം.'

അയാൾ വീണ്ടും നടന്നു. തറയിൽ മൃഗത്തോലി വിരിച്ചു കിടക്കുന്ന മറ്റൊരു ഭാര്യാഭർത്താക്കൻമാരെ കണ്ടുമുട്ടി. വിരിപ്പിൽ ഇഷ്ടംപോലെ സ്ഥലം. എന്നിട്ടും അവർ രണ്ടുപേരും പിടിച്ചു തള്ളുകയും വഴക്കുകൂടുകയും ചെയ്യുന്നുണ്ടായിരുന്നു.

'എന്തിന്റെ തകരാറാ നിങ്ങൾക്ക്? ഇഷ്ടംപോലെ സ്ഥലമുണ്ടല്ലോ. എന്നിട്ടും നിങ്ങളെന്തിനാ പിടിച്ചു തള്ളുന്നത്.'

അയാൾക്കു ചോദിക്കാതിരിക്കാൻ കഴിഞ്ഞില്ല.

അവർ പറഞ്ഞു. 'ഈ ചോദ്യം ചോദിച്ചുകൊണ്ട് ഇതിലെ കടന്നുപോയവരാരും തിരിച്ചുവന്നിട്ടില്ല. നിന്നെ ഇനിയും കാണാനിടയായാൽ ഉത്തരം പറയാം.'

കുറെ ചെന്നപ്പോൾ ഒരു അമ്മൂമ്മ ഇരുന്നു മുട്ടകൊണ്ടു ഗോപുരം ഉണ്ടാക്കുന്നു. അവർ ശ്രദ്ധയോടുകൂടി മുട്ട അടുക്കും. പണിതീരാറാകുമ്പോൾ എല്ലാംകൂടി കെട്ടിമറിഞ്ഞു താഴെ വീഴുന്നു. മുട്ട മിക്കതും പൊട്ടുന്നു. അമ്മൂമ്മ അതൊന്നും കാര്യമാക്കുന്നില്ല. അയാൾ സംശയിച്ചുകൊണ്ടു ചോദിച്ചു.

'അമ്മൂമ്മ എന്താ ഇക്കാണിക്കുന്നത്? മുട്ടകൊണ്ടു ഗോപുരം ഉണ്ടാക്കാൻ ആർക്കെങ്കിലും കഴിയുമോ?'

'നീ പോയിട്ടു വാ. വീണ്ടും കാണുകയാണെങ്കിൽ ഉത്തരം പറയാം.'

അയാൾ അവരെ വിട്ട് ആപ്പിൾ ഉരുണ്ട വഴിയെ നടന്നു.

കുറെ നടന്നപ്പോൾ നിലത്തു കുഴിയുണ്ടാക്കി അതിൽ റൊട്ടി ചുട്ടെടുക്കുന്ന ഒരു സ്ത്രീയെ കണ്ടു. അക്കാലത്ത് അങ്ങനെയായിരുന്നു റൊട്ടി ഉണ്ടാക്കിയിരുന്നത്. നല്ല തൂവെള്ള മാവു കുഴിയിലിടുമ്പോൾ കിട്ടുന്നതു കറുത്ത കരിക്കട്ടപോലെയുള്ള റൊട്ടി.

'നിങ്ങൾക്കെന്താ വട്ടുണ്ടോ? വെള്ളമാവുകൊണ്ടെന്തിനാ കരിക്കട്ടപോലുള്ള റൊട്ടി ഉണ്ടാക്കുന്നത്?'

അയാൾ വീണ്ടും ആപ്പിളിനെ പിന്തുടർന്നു.

കുറേ നടന്നപ്പോൾ ശരീരം വില്ലുപോലെ വളച്ചു പാലമാക്കിയ ഒരു മനുഷ്യനെ കണ്ടു. പലരും അയാളുടെ ശരീരത്തിൽ ചവിട്ടിമെതിച്ചും കയറിയിറങ്ങിയും അങ്ങോട്ടുമിങ്ങോട്ടും പോകുന്നുണ്ടായിരുന്നു. ഗ്രാമീണനു മിണ്ടാതിരിക്കാൻ കഴിഞ്ഞില്ല.

'ഇതെന്താ കഥ? സ്വന്തം ശരീരം പാലമാക്കുന്നോ?'

'തിരിച്ചുവരികയാണെങ്കിൽ പറഞ്ഞുതരാം'.

അങ്ങനെ അയാൾ വീണ്ടും യാത്ര തുടർന്നു. അവസാനം പരലോകത്തെത്തി പറഞ്ഞു: 'എന്നെ രാജാവ് അയച്ചിരിക്കയാണ്.'

രാജാവിന്റെ അമ്മ മോതിരം കൊടുത്തിട്ടു പറഞ്ഞു:

'ഇതാ എടുത്തോളിൻ. അവൻ എനിക്കു പരലോകത്തും സൈ്വരം തരില്ല അല്ലേ? അവനെ ഞാൻ ശപിക്കുന്നു. അവന്റെ മന്ത്രിതന്നെ അവന്റെ നാശത്തിനു കാരണമാകും. എന്റെ ശാപം നിങ്ങൾ അവനെ അറിയിക്കണം.'

അപ്പോൾ ഗ്രാമീണൻ ചോദിച്ചു:

'കൊമ്പു വളർന്നതുകാരണം കഷ്ടപ്പെടുന്ന ഒരു കലമാനിനെ കണ്ടിരുന്നു. അതിനെന്തെങ്കിലും മരുന്നു തരാമോ?'

'കാട്ടിലെ തീർത്ഥക്കുളത്തിലെ ശുദ്ധജലം കുടിക്കാൻ പറയൂ. എല്ലാം നേരെയാകും.'

ഗ്രാമീണൻ നന്ദി പറഞ്ഞു മടക്കയാത്ര ആരംഭിച്ചു. ആദ്യമായി ശരീരം പാലമാക്കിയ ആളെ കണ്ടു. 'മുൻജന്മത്തിൽ എനിക്കു പാലം കാവലായിരുന്നു. കാശു തരാതെ പാലം കടക്കാൻ ഞാൻ ആരേയും അനുവദിച്ചിരുന്നില്ല. പിച്ചക്കാരെപ്പോലും ഞാൻ വെറുതെ വിട്ടില്ല. അതിനുള്ള ശിക്ഷയാണിത്.'

റൊട്ടി ചുടുന്ന സ്ത്രീ പറഞ്ഞു.

'മുൻജന്മത്തിൽ ഞാനൊരു കൊതിച്ചിയായിരുന്നു. ഉണ്ടാക്കുന്ന റൊട്ടിയെല്ലാം ഞാൻതന്നെ തിന്നും. ഏതെങ്കിലും ഭിക്ഷക്കാരെ കണ്ടാൽ ഞാനെന്റെ മുഖം അടുപ്പിൻകുഴിയിൽ ഒളിപ്പി

ക്കും. പുകയേറ്റു കണ്ണും മുഖവും കരിയും. എന്നാലും റൊട്ടി മറ്റാർക്കും കൊടുക്കണ്ടല്ലോ എന്നോർത്തു സന്തോഷിക്കും. അതിന് എനിക്കു കിട്ടിയ ശിക്ഷയാണിത്. കരിഞ്ഞ റൊട്ടി തിന്നാനാണ് വിധി.'

മുട്ടകൊണ്ടു ഗോപുരമുണ്ടാക്കുന്ന അമ്മൂമ്മ പറഞ്ഞു: 'കഴിഞ്ഞ ജന്മത്തിൽ ഞാൻ മുട്ട മോഷ്ടിക്കുമായിരുന്നു. അതുകൊണ്ടാണ് എനിക്കീ ഗതി വന്നത്.'

തമ്മിൽ തല്ലുകൂടുന്ന ഭാര്യാഭർത്താക്കൻമാർ പറഞ്ഞു: 'മുൻ ജന്മത്തിൽ ഞങ്ങളിരുവരും തമ്മിൽ സ്നേഹിച്ചിരുന്നില്ല. എന്നും വഴക്കായിരുന്നു. ഇന്നിപ്പോൾ ഇവിടെയും അതുതന്നെ ഗതി. എത്ര വെറുത്താലും പിരിയാനാവുന്നുമില്ല.'

പിച്ചാത്തിപ്പിടിയിൽ കിടക്കുന്ന ദമ്പതികൾ പറഞ്ഞു: 'ഞങ്ങൾ ഭൂമിയിലും അന്യോന്യം സ്നേഹിച്ചിരുന്നു. ഒരുമയുണ്ടെങ്കിൽ പിച്ചാത്തിപ്പിടിയിലും സുഖമായി കിടക്കാം.'

പിന്നീടയാൾ പുൽപ്പരപ്പിൽ പട്ടിണി കിടക്കുന്ന കാളയെ കണ്ടു. കാള പറഞ്ഞു: 'കഴിഞ്ഞ ജന്മത്തിൽ ഞാനൊരു മടിയനായിരുന്നു. ഞാനൊരു പണിയും ചെയ്യില്ല. എന്റെ യജമാനന് എന്നെക്കൊണ്ട് ഒരുപകാരവുമില്ലായിരുന്നു. ഇന്നിതാ അനുഭവിക്കുന്നു.'

തടിച്ചുകൊഴുത്ത കാള പറഞ്ഞു: 'ഞാനെന്റെ യജമാനനെ സത്യസന്ധമായി സേവിച്ചു. ഭാരം വലിക്കുമ്പോൾ ഞാനെന്റെ ചങ്ങാതിയെ ഒരിക്കലും ബുദ്ധിമുട്ടിച്ചില്ല. അതുകൊണ്ടെനിക്ക് ഇവിടെയും പരമസുഖംതന്നെ.

അയാൾ കലമാനിന്റെ അടുത്തെത്തി.

'എനിക്ക് മരുന്ന് കൊണ്ടുവന്നോ'?

'തീർത്ഥക്കുളത്തിലെ വെള്ളം കുടിച്ചോളൂ, നിന്റെ പ്രശ്നം തീരും.' തീർത്ഥജലം കുടിച്ച കലമാനിന്റെ കൊമ്പു പൊടിഞ്ഞു വീണു.

അയാൾ മോതിരവുമായി കൊട്ടാരത്തിൽ എത്തി. രാജാവിനെ മുഖം കാണിച്ചു. അമ്മേയുടെ ശാപം അദ്ദേഹത്തെ അറിയി

ക്കുകയും ചെയ്തു.

രാജാവ് ഒരു മുയലായി മാറി. മന്ത്രി ചെന്നായ ആയി. ചെന്നായ മുയലിനെ കഷ്ണം കഷ്ണമായി കടിച്ചു കീറി.

ആ രാജ്യവും രാജ്യത്തെ സകല സമ്പത്തും ഗ്രാമീണനും ഭാര്യയ്ക്കും കിട്ടി. അവർ ഏറെക്കാലം സുഖമായി ജീവിച്ചു.

2

ചുവന്ന പശു

ഒരാട്ടിടയനു രണ്ടു മക്കൾ ഉണ്ടായിരുന്നു. ഒരാണും ഒരു പെണ്ണും. അവർക്ക് ഒരു ചുവന്ന പശു ഉണ്ടായിരുന്നു. ഇടയന്റെ ഭാര്യ പെട്ടെന്നൊരു ദിവസം മരിച്ചു. വീട്ടുകാര്യം നോക്കാനാളില്ലാതായപ്പോൾ ഇടയൻ രണ്ടാമതും കല്യാണം കഴിച്ചു. ഇളയമ്മയ്ക്ക് ഇടയന്റെ മക്കളെ കണ്ണെടുത്താൽ കണ്ടുകൂട. അവൾ ഏതുനേരവും പിറുപിറുക്കും.

'നാശങ്ങൾ. ഇവരെന്റെ മക്കളുമല്ല, എനിക്കിവരെ സ്നേഹിക്കാനും വയ്യ.' അവൾ കുട്ടികളെ എപ്പോഴും ഉപദ്രവിക്കും. കുട്ടികളെ രണ്ടാം ഭാര്യയുടെ അടുക്കലാക്കിയിട്ടു ജോലിക്ക് പോകാൻ ഇടയനു പേടിയായിരുന്നു. അതുകൊണ്ട് അയാൾ കുട്ടികളെ ആട്ടിൻപറ്റത്തോടൊപ്പം മേച്ചിൽസ്ഥലത്തേക്കയച്ചു.

കുട്ടികൾ വെയിലേറ്റു തളർന്നു. വിശപ്പും ദാഹവും സഹിക്കാൻ കഴിയാതെ ഉറക്കെ കരഞ്ഞു. കരച്ചിൽ കേട്ടു ചുവന്ന പശു അവിടെ എത്തി. പശു പറഞ്ഞു:

'പൊന്നു മക്കളേ, കരയേണ്ട. നിങ്ങളാ മരത്തണലിൽ ചെന്നു വിശ്രമിച്ചോളു. ആട്ടിൻപറ്റത്തെ ഞാൻ മേച്ചോളാം.'

ചുവന്ന പശു പറഞ്ഞതുപോലെ ചെയ്തു. പകൽ മുഴുവൻ അവൾ ആട്ടിൻപറ്റത്തെ മേച്ചുനടന്നു. സന്ധ്യയ്ക്ക് അവയെ ആട്ടി

ത്തെളിച്ചു വീടണയ്ക്കാൻ കുട്ടികളെ സഹായിച്ചു.

എന്നും രാവിലെ ഓരോ കഷ്ണം ഉണക്കറൊട്ടി മാത്രമാണ് ഇളയമ്മ കുട്ടികൾക്കു കൊടുക്കുക. മേച്ചിൽസ്ഥലത്തു ചെന്നാൽ ചുവന്ന പശു അവർക്കു വയർ നിറയെ പാലു കൊടുക്കും. അവർ റൊട്ടി പാലിൽ പൊതിർത്തി തിന്നും.

കുറേക്കാലം കഴിഞ്ഞ് ഇളയമ്മ ഒരു പെൺകുഞ്ഞിനെ പ്രസവിച്ചു. അവൾ വളർന്നപ്പോൾ ഇളയമ്മ അവളെയും ആടിനെ മേയ്ക്കാൻ പറഞ്ഞയച്ചു. പക്ഷേ, അവൾക്ക് തിന്നാനായി വെണ്ണ പുരട്ടിയ റൊട്ടിയും പാൽക്കട്ടിയും കൊടുത്തയയ്ക്കുമായിരുന്നു. ഭക്ഷണസമയത്തു ചുവന്ന പശു പറഞ്ഞു 'അവളും പാലു കുടിച്ചോട്ടെ... പക്ഷേ, നിങ്ങൾക്കു പാലു മധുരിക്കുമ്പോൾ അവൾക്ക് കയ്ക്കും.'

ഇളയമ്മയുടെ മകൾ നാൾക്കുനാൾ വിളർത്തുമെലിഞ്ഞു. മറ്റു രണ്ടു കുട്ടികളാകട്ടെ, കൊഴുത്തു തടിച്ചു. സംഗതിയെന്താ? ഇളയമ്മ അൽഭുതപ്പെട്ടു. ഒരിക്കൽ അവൾ മകളോടു ചോദിച്ചു.

'നിനക്കു ഞാൻ ദിവസവും അഞ്ചു കഷ്ണം വെണ്ണ പുരട്ടിയ റൊട്ടി തരുന്നു, കൂടെ പാൽക്കട്ടിയും. ആ നശിച്ച പിള്ളേർക്കാകട്ടെ ഓരോ കഷ്ണം ഉണക്കറൊട്ടിയും. എന്നിട്ടും നീ മെലിഞ്ഞു കോലം കെട്ടു. അവരാകട്ടെ, തടിമാടൻമാരും, എന്താ അങ്ങനെ?'

'ചുവന്ന പയ്യിന്റെ പാല് അവർക്കു മധുരിക്കും, എനിക്ക് കയ്ക്കും.' അവൾ പറഞ്ഞു: 'ഓ, അതാണല്ലെ സംഗതി. ശരി ഞാൻ കാണിച്ചുകൊടുക്കാം.' അമ്മ അരിശപ്പെട്ടു. പിറ്റേ ദിവസം രാവിലെ അവൾ ഭർത്താവിനോട് പറഞ്ഞു: 'നമ്മുടെ മോൾ നാൾക്കുനാൾ ക്ഷീണിച്ചുവരുന്നതു നിങ്ങൾ കാണുന്നില്ലേ? ഞാനിന്നലെ രാത്രി ഒരു സ്വപ്നം കണ്ടു. ആ ചുവന്ന പയ്യിനെ കൊന്ന് അതിന്റെ ഇറച്ചി കൊടുത്താൽ മോൾക്ക് ആരോഗ്യം തിരിച്ചുകിട്ടും.'

'അയ്യോ പാവം. നല്ല നന്ദിയുള്ള പയ്യാ അത്. അതിനെ കൊല്ലേണ്ട, എനിക്കതു സഹിക്കാനാവില്ല.'

'മോളേക്കാൾ വലുതാ അല്ലേ പയ്യ്. എന്റെ മോൾ ചാകാറായി. അതു നിങ്ങൾക്കു പ്രശ്നമല്ല അല്ലേ? വേറെയും ഉണ്ടല്ലോ

രണ്ടു തടിയൻമാർ, അവരെ മാത്രം മതിയായിരിക്കും.' അവൾ മാറത്തടിച്ചു നിലവിളിച്ചു.

ഇടയൻ കേൾക്കാത്ത മട്ടിൽ നടന്നു. പക്ഷേ, അവൾ വിട്ടില്ല. അക്കാര്യം പറഞ്ഞ് എന്നും അയാളെ ശല്യപ്പെടുത്തും. അവസാനം പശുവിനെ കൊല്ലാൻ സമ്മതിച്ചു. കുട്ടികൾ അക്കാര്യം അറിഞ്ഞതേ ഇല്ല. പാടത്ത് ചെന്നപ്പോൾ പശു വല്ലാതെ ദു:ഖിതയായിരുന്നു. മുഖം വാടിയിരിക്കുന്നു. കണ്ണു നിറഞ്ഞിരിക്കുന്നു.

'എന്തിനാ പയ്യേ കരയുന്നത്. നീ എന്തിനാ കരയുന്നത്?'

'പ്രിയപ്പെട്ട മക്കളേ, നിങ്ങളുടെ ഇളയമ്മ എന്നെ അറുക്കാൻ പോകുകയാണ്. അവളുടെ മകൾക്കുവേണ്ടി.'

'തള്ളപ്പയ്യേ, നിന്റെ ജീവനുവേണ്ടി ഞങ്ങൾ ഇളയമ്മയുടെ കാലു പിടിക്കാം. അവർ കേൾക്കാതിരിക്കില്ല.'

'വേണ്ട മക്കളേ. നിങ്ങളതിനുപോകണ്ട. ആ ദുഷ്ട നിങ്ങളെ തല്ലിച്ചതയ്ക്കും. എനിക്കതു കാണാൻ വയ്യ. നിങ്ങൾ ഞാൻ പറയുന്നതു പോലെ ചെയ്താൽ മതി. അവരെന്റെ കഴുത്തറുക്കും. ആരും കാണാതെ നിങ്ങളെന്റെ ചോര മുഖത്തു പുരട്ടണം. അപ്പോൾ നിങ്ങളുടെ മുഖം സ്വർണംപോലെ തിളങ്ങും. എന്റെ കൊമ്പും കുളമ്പും നിങ്ങൾ കുഴിച്ചിടണം. അതു നിങ്ങൾക്ക് ഉപകരിക്കും.'

കുട്ടികൾ ഉറക്കെ കരയാൻ തുടങ്ങി. പശു ചോദിച്ചു: 'നിങ്ങളെന്തിനാ കരയുന്നത്?'

'ഞങ്ങൾക്കിനി ആരാണ് ഒരു തുണ. ഞങ്ങൾക്കാരാണിനി പാൽ തരുന്നത്?'

'കരയണ്ട. എന്റെ കൂടെ വാ. എനിക്കു വളരെ വേണ്ടപ്പെട്ട ഒരമ്മൂമ്മ ഉണ്ട്. ഞാൻ നിങ്ങളെ അവരെ ഏൽപ്പിക്കാം. അവർ നിങ്ങളെ നോക്കിക്കൊള്ളും.'

പശു കുഞ്ഞുങ്ങളെയുംകൊണ്ട് അമ്മൂമ്മയുടെ അടുത്തെത്തി.

'എന്നെ കൊല്ലാൻ പോകുന്ന വിവരം അമ്മൂമ്മ അറിഞ്ഞില്ലേ?'

'അറിഞ്ഞു'.

'എങ്കിൽ എന്റെ അന്ത്യാഭിലാഷം സാധിച്ചുതരണം. ഈ കുഞ്ഞുങ്ങൾക്ക് ആരുമില്ല. അമ്മൂമ്മ അവരെ ഏറ്റെടുക്കണം.'

'അതിനെന്താ, നീ ഒന്നുകൊണ്ടും പേടിക്കേണ്ട. അവരുടെ കാര്യം ഞാനേറ്റു.'

പിന്നീട് പശു കുട്ടികളോടു തന്റെ കൊമ്പിൽ ഒരു കഷ്ണം അറുത്തെടുക്കാൻ പറഞ്ഞു.

'വിശക്കുമ്പോൾ ഈ കൊമ്പു നുണഞ്ഞോളൂ. നിങ്ങളുടെ വിശപ്പു മാറും, ആടുമേയ്ക്കാൻ അമ്മൂമ്മ നിങ്ങളെ സഹായിക്കും.'

പിറ്റേ ദിവസം രാവിലെ പശുവിനെ കൊന്നു. കുട്ടികൾ പശു പറഞ്ഞതുപോലെരക്തം കട്ടെടുത്തു മുഖത്തുപുരട്ടിഅവരുടെ മുഖത്തിന് അസാമാന്യ ശോഭ കിട്ടി.

ഇളയമ്മയുടെ മകളാണ് ആദ്യമായി പശുവിറച്ചി തിന്നത്. ഉപ്പും മുളകും പുരട്ടി വറുത്ത ഇറച്ചിയിൽ പകുതിയും അമ്മ മകൾക്കു വിളമ്പി. പക്ഷേ, അവൾ ഒരു കഷ്ണം പോലും തിന്നില്ല.

'അയ്യോ കയ്ക്കുന്നു. എനിക്കു വേണ്ട.' അവൾ പറഞ്ഞു.

അനാഥക്കുട്ടികൾക്കു രണ്ടു കഷ്ണം രുചി നോക്കാൻ കൊടുത്തു. അവർക്കതു തേൻപോലെ മധുരിച്ചു. കുട്ടികൾ ആരും അറിയാതെ പശുവിന്റെ കൊമ്പും കുളമ്പും തലയും എല്ലും കുഴിച്ചിട്ടു. വിശക്കുമ്പോൾ അവർ പശുവിന്റെ കൊമ്പു നുണഞ്ഞു വിശപ്പടക്കി. രണ്ടാനമ്മ അവർക്ക് ഒരുവക കൊടുക്കില്ല. എല്ലാം സ്വന്തം മകളെ തീറ്റിക്കും. പാവം അനാഥക്കുട്ടികൾക്ക് എന്നും പട്ടിണി.

നാളുകൾ കഴിഞ്ഞു. വസന്തവും ഗ്രീഷ്മവും പോയ്മറഞ്ഞു. കുട്ടികൾ വളർന്നു. അടുത്ത വീട്ടിൽ വിവാഹം, നാടടക്കി ക്ഷണിച്ചിട്ടുണ്ട്. ഇട യന്റെ വീട്ടുകാരെയും ക്ഷണിച്ചിരുന്നു. ഇളയമ്മ മകളെ അണിയിച്ചൊരുക്കി കല്യാണത്തിനു പുറപ്പെട്ടു.

'വാതിലടച്ച് അകത്തു കിടന്നോളൂ. നാട്ടിൽ നിറയെ കള്ളന്മാരാ. വീടുപൂട്ടിയാൽ ശരിയാവില്ല.' പോകുമ്പോൾ അവർ അനാ

ഥക്കുട്ടികളോടു പറഞ്ഞു.

അവർ ഒന്നും മിണ്ടിയില്ല. സങ്കടത്തോടെ ഉറങ്ങാൻ കിടന്നു. അപ്പോൾ ചുവന്ന പശുവിന്റെ ശബ്ദം കേട്ടു. അതു കേട്ട അമ്മൂമ്മ എത്തി. അവർ ഭൂമി കുഴിച്ച് ആ കുഴിയിൽനിന്നു വിശേഷപ്പെട്ട വസ്ത്രങ്ങൾ പുറത്തെടുത്തു. കുട്ടികളെ അണിയിച്ചൊരുക്കി കല്യാണത്തിനു കൊണ്ടുപോയി.

ഇളയമ്മയുടെ എതിർവശത്തായിട്ടാണ് അവർ ഇരുന്നത്. പക്ഷേ, ഇളയമ്മയ്ക്ക് അവരെ മനസ്സിലായില്ല. അവൾ കുട്ടികളെത്തന്നെ തുറിച്ചു നോക്കിയിട്ട് വിചാരിച്ചു. 'എത്ര ഭംഗിയുള്ള കുട്ടികൾ! എത്ര നല്ല കുപ്പായം! ആ ചെറുപ്പക്കാരനെ കണ്ടാൽ മണവാളനെപ്പോലെയുണ്ട്. എന്റെ മകൾക്കു വരനായി കിട്ടിയെങ്കിൽ.'

വിരുന്നുകാർ പിരിയാൻ തുടങ്ങിയപ്പോൾ അമ്മൂമ്മ അവരേയും കൊണ്ടു സ്ഥലം വിട്ടു. വസ്ത്രങ്ങൾ അഴിച്ചു വാങ്ങി. അവർ പഴയ വസ്ത്രങ്ങൾ ധരിച്ചു വീട്ടിലേക്ക് ഓടിപ്പോയി.

അവരുടെ മനസ്സ് നിറഞ്ഞിരുന്നു. രണ്ടാനമ്മ എത്തിയപ്പോൾ അനാഥകൾ നല്ല ഉറക്കം. അവർക്ക് അരിശം വന്നു. വീട് കാവലിനാക്കിയിട്ടു പോത്തുപോലെ ഉറങ്ങുകയാണ് അല്ലേ? മടിയൻമാർ അല്ലേ? മടിയൻമാർ. ഹൗ എന്തൊരു ഭംഗി! ആണിന് പൊൻചെരിപ്പ്. പെൺകുട്ടിക്കു വെള്ളിച്ചെരിപ്പ്. കുപ്പായമോ പറയേണ്ട.'

'നിങ്ങളെന്താ അവരെ വീട്ടിലേക്കു ക്ഷണിക്കാത്തത് ഇളയമ്മേ?'

'നല്ല ചോദ്യം! വിവരമില്ലാത്ത വക. നിങ്ങളെപ്പോലുള്ള ശവങ്ങളെ കാണി

ക്കാനാ അവരെ ഇങ്ങോട്ടു കൊണ്ടുവരുന്നത്? പോ, പോയി ഉറങ്ങ് നാശങ്ങളേ'.

പിറ്റേദിവസം രാവിലെ വലിയൊരു ചെമ്പ് കുട്ടികളുടെ മുന്നിൽ വെച്ചിട്ട് ഇളയമ്മ പറഞ്ഞു: 'ഇവിടെ വാ, ചെമ്പിനടുത്തിരുന്നു കരയൂ. നിങ്ങളുടെ കണ്ണീരു വീണ് ഈ ചെമ്പിനകം നിറയണം.'

അവൾ അണിഞ്ഞൊരുങ്ങി മകളേയും കൂട്ടി കല്യാണ സദ്യയ്ക്കു പോയി. ഉടനെ അമ്മൂമ്മയെത്തി. അവർ കുട്ടികളെ അണിയിച്ചൊരുക്കി കല്യാണസദ്യയ്ക്ക് പുറപ്പെട്ടു.

സദ്യ കഴിഞ്ഞ് അവർ അമ്മൂമ്മയോടൊത്ത് വീട്ടിലേക്കു മടങ്ങി. രാജകൊട്ടാരത്തിലെ തടാകത്തിനരികിലെത്തിയപ്പോൾ പെൺകുട്ടിയുടെ വെള്ളിച്ചെരിപ്പു പൊയ്കയിൽ വീണു. അവൾക്കു സങ്കടമായി. 'മുത്തശ്ശീ, ദ് നോക്കൂ. എന്റെ ചെരിപ്പ് വെള്ളത്തിൽ വീണൂ.'

'സാരമില്ല കുട്ടീ, അത് മുങ്ങിത്തപ്പാൻ ഇപ്പോൾ നേരമില്ല. ഇളയമ്മ മടങ്ങി എത്തുമ്പോഴേക്ക് വേഗം വീട്ടിലെത്താൻ നോക്ക്. നിങ്ങളെ ഈ വേഷത്തിൽ കണ്ടാൽ അവൾ ഉണ്ടാക്കുന്ന പൊല്ലാപ്പ് അറിയാമല്ലോ.'

വീട്ടിലെത്തിയപ്പോൾ മുത്തശ്ശി അവരെ പഴയ വേഷം അണിയിച്ചു. കുട്ടികൾ ഉറങ്ങാൻ കിടന്നു.

ഇളയമ്മ തിരിച്ചെത്തിയപ്പോൾ അവരെ വിളിച്ചുണർത്തി.

'പോത്തുപോലെ കിടന്നുറങ്ങുകയാണല്ലേ? ഇന്നലെ വന്നവർ ഇന്നും വന്നിരുന്നു. ഇന്നലത്തേതിനേക്കാൾ മുന്തിയ വേഷത്തിൽ. പക്ഷേ, പെട്ടെന്ന് അവർ മിന്നൽപോലെ മറഞ്ഞു. അവിടെയെല്ലാം തിരക്കിയിട്ടും പിന്നീടവരെ കണ്ടില്ല.'

കുട്ടികൾ ഉറക്കം നടിച്ചു കിടന്നു. അവർ ഉള്ളാലെ ചിരിക്കുന്നുണ്ടായിരുന്നു.

പിറ്റേദിവസം രാവിലെ രാജകുമാരൻ തന്റെ കുതിരയെ കുളിപ്പിക്കാൻ ഭൃത്യൻമാരോട് ആജ്ഞാപിച്ചു. പക്ഷേ, എത്രയായിട്ടും കുതിര വെള്ളത്തിലിറങ്ങുന്നില്ല. ഭൃത്യൻ വിവരം രാജകുമാരനെ

അറിയിച്ചു. രാജകുമാരൻ കുളക്കരയിലെത്തി. കുളത്തിൽ എന്തോ ഒഴുകുന്നതു കണ്ട രാജകുമാരൻ അതെടുത്തുകൊണ്ടുവരാൻ കൽപ്പന കൊടുത്തു. ഭൃത്യൻമാർ അതു രാജകുമാരന്റെ മുന്നിലെത്തിച്ചു. ഒരു വെള്ളിച്ചെരിപ്പായിരുന്നു അത്. രാജകുമാരൻ അതുമായി രാജാവിന്റെ മുന്നിലെത്തി. അയാൾ രാജാവിനെ നമസ്കരിച്ചു പറഞ്ഞു.

'ഈ ചെരിപ്പ് ഏതു കന്യകയുടെ കാലിലാണോ ഇണങ്ങുന്നത്, അവളെ മാത്രമേ ഞാൻ വിവാഹം കഴിക്കൂ.'

രാജാവു രാജ്യത്തിന്റെ നാനാഭാഗങ്ങളിലും ഭൃത്യൻമാരെ അയച്ചു, പെരുമ്പറ കൊട്ടി അറിയിച്ചു. രാജ്യത്തുള്ള കന്യകമാരെല്ലാം കൊട്ടാരത്തിലെത്തി; പാവം അനാഥ ബാലിക ഒഴികെ.

'നിന്നെപ്പോലൊരസത്തു പെണ്ണിന് അവിടെ എന്താ കാര്യം.' ഇളയമ്മ അവളെ വിരട്ടി.

അവൾ മകളെയും കൂട്ടി കൊട്ടാരത്തിലെത്തി.

രാജാവു കുമാരിമാരെയെല്ലാം ചെരിപ്പ് അണിയിച്ചുനോക്കി. ആർക്കും പാകമാകുന്നില്ല.

'രാജ്യത്തെ കന്യകമാരെല്ലാം ഇവിടെ ഉണ്ടെന്നുറപ്പുണ്ടോ?' രാജാവു ചോദിച്ചു.

'ഉവ്വ് മഹാരാജാവേ. പക്ഷേ, ഒരു വൃത്തികെട്ട പെണ്ണുമാത്രം വന്നിട്ടില്ല.' മന്ത്രിമാർ അറിയിച്ചു.

'അവളെ ഉടനെ ഇവിടെ ഹാജരാക്കൂ'.

മന്ത്രിമാർ ഉടനെ അവളെ രാജസന്നിധിയിൽ ഹാജരാക്കി. ചെരിപ്പ് അവളുടെ കാലിനു നല്ല പാകം!

രാജാവും രാജ്ഞിയും മന്ത്രിമാരും രാജകുമാരനെ പിന്തിരിപ്പിക്കാൻ നോക്കി. 'രാജകുമാരന് ഈ പീക്കിരിപ്പെണ്ണോ? അയ്യേ ഇവളെ നാറുന്നു.' അവർ പറഞ്ഞു.

'എന്തുപറഞ്ഞാലും ശരി. ഞാൻ ഇവളെ മാത്രമേ വിവാഹം കഴിക്കൂ.'

രാജസദസ്സ് അവളെ വിചാരണ ചെയ്തു. നീ ആരാണ്? എവിടെയാണ് വീട്? അച്ഛനാര്?

'ഞാനൊരു പാവം പെണ്ണാണ്. എന്റെ അച്ഛൻ ഇടയനായിരുന്നു. ഇപ്പോൾ വയസ്സായി. എനിക്ക് ഇളയമ്മയും ഒരു സഹോദരനുമുണ്ട്. ഒരനിയത്തിയും.'

'ഈ ചെരിപ്പിന്റെ ഇണയെവിടെ?'

'എനിക്കറിയില്ല. എന്റെ മുത്തശ്ശിക്കുമാത്രമേ അതറിയൂ.'

പെൺകുട്ടി പേടിച്ചരണ്ടു വീട്ടിൽ തിരിച്ചെത്തി. ഇളയമ്മ രാജകുമാരനെ പിന്തിരിപ്പിക്കാൻ ആവുന്നതും നോക്കി. 'അവൾ മഹാമൂശേട്ടയാണ്. തീരെ വൃത്തിയില്ല. റാണിയാവാൻ അവൾക്ക് ഒട്ടും യോഗ്യതയില്ല. അങ്ങ് എന്റെ മകളെ വിവാഹം കഴിച്ചോളു. അവൾ സുന്ദരിയാണ്, നല്ലവളും.'

പക്ഷേ, രാജകുമാരൻ കുലുങ്ങിയില്ല.

ചുവന്ന പശുവിന്റെ തല അനാഥപ്പെണ്ണിനെ വിളിച്ചിട്ടു പറഞ്ഞു.

'നിന്റെ സഹോദരനെ കൊട്ടാരത്തിൽ അയയ്ക്കണം. ഇന്നു വൈകുന്നേരം നിന്റെ മുത്തശ്ശി നിന്നെ വിവാഹവേഷത്തിൽ കൊട്ടാരത്തിൽ എത്തിക്കുമെന്നു പറയണം.' അവൾ അപ്രകാരം ചെയ്തു.

വൈകുന്നേരം രാജകുമാരൻ അവളെത്തേടി എത്തി. അമ്മൂമ്മ അവളെ വേണ്ടവിധത്തിൽ അണിയിച്ചൊരുക്കി രാജകുമാരന്റെ കൂടെ അയച്ചു. കൊട്ടാരത്തിൽ എത്തിയ അവളെ കണ്ട് രാജസദസ്സ് അതിശയിച്ചു. പട്ടിലും പൊന്നിലും പൊതിഞ്ഞ അതിസുന്ദരി! രാജകുമാരന്റെ വിവാഹം ആർഭാടത്തോടെ നടന്നു.

ഒരാഴ്ച കഴിഞ്ഞപ്പോൾ ഇളയമ്മ കൊട്ടാരത്തിൽ എത്തി. രാജാവിന്റെ മരുമകളെ രണ്ടുദിവസം അവളുടെ സ്വന്തം വീട്ടിൽ താമസിക്കാൻ അനുവദിക്കണം. അവളുടെ വയസ്സനായ അച്ഛന്റെ ആഗ്രഹമാണ്. രാജാവ് അതിശയിച്ചു. രണ്ടുദിവസം കഴിഞ്ഞപ്പോൾ അവൾ സ്വന്തം മകളെ രാജകുമാരിയുടെ വേഷം ധരിപ്പിച്ച് കൊട്ടാരത്തിൽ എത്തിച്ചു. ഇനി തന്റെ മകളായിരിക്കും റാണി. അവൾ സന്തോഷത്തോടെ വീട്ടിലേക്കു മടങ്ങി. രാജകുമാരൻ ചതി മനസ്സിലാക്കി.

രാജകുമാരൻ ഇളയമ്മയുടെ ചതി രാജാവിനെ അറിയിച്ചു. 'അവളേയും വീട്ടുകാരെയും ഉടൻ നാടു കടത്തുക'.

രാജാവു കൽപ്പിച്ചു.

ഭടൻമാർ അമ്മയേയും മകളെയും നാട്ടിൽനിന്ന് ആട്ടിയോടിച്ചു. അനാഥക്കുട്ടികൾക്ക് ഉറ്റവരും ഉടയവരും ഉണ്ടായി. അവർ സുഖമായി ജീവിച്ചു.

3

പാരിജാതം

നിത്യവൃത്തിക്കുപോലും വകയില്ലാത്ത ഒരമ്മയും മകനുമുണ്ടായിരുന്നു. എന്നും പട്ടിണിയാണ്. യുവാവായപ്പോൾ മകനു വിവാഹം കഴിക്കാൻ മോഹം. അമ്മ സമ്മതിച്ചു. പക്ഷേ, ഗ്രാമത്തിലെ കന്യകമാരെയൊന്നും അവന് ഇഷ്ടപ്പെട്ടില്ല.

അമ്മ പറഞ്ഞു: 'നീ എന്നും ആറ്റിൻകരയിൽ ചെല്ലണം. ഓരോ കഷണം റൊട്ടി ദിവസവും ആറ്റിൽ എറിയണം. ഇരുപതാം ദിവസം നിനക്കൊരു ഭാര്യയെ കിട്ടും.'

മകൻ അമ്മ പറഞ്ഞതുപോലെ ചെയ്തു. ഇരുപതാം ദിവസം അമ്മ മരിച്ചു. മകൻ ആദരപൂർവം അന്തിമ കർമങ്ങളെല്ലാം ചെയ്തു. എന്നിട്ട് അവസാനത്തെ റൊട്ടിക്കഷണവും ആറ്റിലെറിഞ്ഞു. അമ്മ പറഞ്ഞതുപോലെ അതിസുന്ദരിയായ ഒരു കന്യക പുഴയിൽനിന്ന് ഉയർന്നുവന്നു. അയാൾ അവളെയുംകൊണ്ടു വീട്ടിലെത്തി. അവർ വിവാഹം കഴിച്ചു.

ഒരു ദിവസം അയാൾ പറഞ്ഞു: 'എനിക്ക് ഈ നാടു മടുത്തു. നമുക്കു മറ്റേതെങ്കിലും രാജ്യത്തേക്കു പോകാം'.

അവൾക്കു നാടുവിടാൻ ഇഷ്ടമുണ്ടായിരുന്നില്ല. ആവുന്നതും പറഞ്ഞുനോക്കി. അയാൾ സമ്മതിച്ചില്ല. അങ്ങനെ അവർ

മറ്റൊരു രാജ്യത്തെത്തി. ഒരുദിവസം അവൾ വീടിന്റെ വരാന്തയിലിരുന്നു തിരക്കിട്ട് എന്തോ ചെയ്യുകയായിരുന്നു. രാജാവിന്റെ മന്ത്രിമാരിൽ ഒരാൾ അവളെ കാണാനിടയായി. സുന്ദരിയായ യുവതിയെ മന്ത്രിക്കു വളരെ ഇഷ്ടപ്പെട്ടു. മന്ത്രി രാജാവിനോടു പറഞ്ഞു: 'ഗ്രാമത്തിൽ ഒരു പെണ്ണിനെ കണ്ടു. അതിസുന്ദരി. അവളുടെ ഭർത്താവാണെങ്കിലോ കാക്കാശിനു വകയില്ലാത്തവൻ. അവൾ അങ്ങേയ്ക്കു ചേർന്നവളാണ്.'

'നിങ്ങളെന്താ പറയുന്നത്. വല്ല ബോധവുമുണ്ടോ?'

രാജാവ് ആശ്ചര്യപ്പെട്ടു. 'എനിക്ക് റാണിയും ഒരു മകളുമുണ്ട്. ആ പെണ്ണാണെങ്കിൽ വേറൊരുത്തന്റെ ഭാര്യയും.'

'നമുക്കെന്തെങ്കിലും ഉപായം കണ്ടുപിടിക്കാം.'

'എന്തുപായം?'

'അവനോടു നാളെമുതൽ കൊട്ടാരത്തിലേക്കു മുട്ട കൊണ്ടുവരാൻ പറയണം. ആ മുട്ടകളിൽനിന്നു ലോകത്തെമ്പാടുമുള്ള പലതരം പക്ഷിക്കുഞ്ഞുങ്ങൾ വിരിഞ്ഞിറിങ്ങണം.'

പിറ്റേദിവസം രാജാവ് അയാളെ വിളിച്ചുവരുത്തി കൽപ്പിച്ചു: 'നാനാതരം പക്ഷിക്കു

ഞ്ഞുങ്ങൾ വിരിയുന്ന മുട്ടകൾ നീ കൊട്ടാരത്തിൽ എത്തിക്കണം. അല്ലെങ്കിൽ നിന്റെ ഭാര്യയെ നമ്മുടെ മുന്നിൽ ഹാജരാക്കണം.'

അയാൾക്കാകെ സങ്കടമായി. വീട്ടിൽ ചെന്നു ഭാര്യയോടു വിവരം പറഞ്ഞു. 'നിങ്ങളെന്നെ നശിപ്പിക്കാനായിട്ടല്ലേ ഈ നാട്ടിലേക്ക് കൊണ്ടുവന്നത്? ഞാനന്നേ പറഞ്ഞതല്ലേ, ആരു കേൾക്കാൻ? ഇനി നമ്മളെന്തു ചെയ്യും?'

കുറച്ചു നേരം ആലോചിച്ചിട്ട് അവൾ പറഞ്ഞു: 'എന്നെ നിങ്ങൾക്കു കിട്ടിയ ആറ്റിൻകരയിൽ ചെല്ലണം. മൂന്നു പ്രാവശ്യം വിളിക്കുമ്പോൾ എന്റെ അമ്മ വരും. വെള്ളക്കോഴിയുടെ മുട്ട വേണമെന്നു അമ്മയോടു പറയണം.'

അയാൾ ആറ്റിൻകരയിൽ ചെന്നിട്ടു വിളിച്ചു: 'അമ്മായി, അമ്മായി പുറത്തുവരൂ.' അപ്പോൾ അമ്മായി എത്തി.

മരുമകൻ പറഞ്ഞു: 'നിങ്ങളുടെ മകൾ പറഞ്ഞിട്ടാ ഞാൻ വന്നത്. അവൾക്കു വെള്ളക്കോഴിയുടെ മുട്ട വേണമെന്ന്.'

'മരുമോൻ ഇവിടെ നിൽക്ക്. ഞാനിപ്പോൾ വരാം.' അമ്മായി ആറ്റിൽ മുങ്ങാൻകുഴിയിട്ടു. രണ്ടു മുട്ടയുമായി മടങ്ങിയെത്തി. മരുമകൻ അതുമായി വീട്ടിലേക്കു തിരിച്ചു.

നേരം അന്തിമയങ്ങിയപ്പോൾ ഒരു മരത്തിൽ കയറി വിശ്രമിക്കാൻ തീരുമാനിച്ചു. മരത്തിൽ കയറുന്നതിനിടയിൽ ഒരു മുട്ട താഴെവീണുടഞ്ഞു. പെട്ടെന്നു നാനാതരം പക്ഷിക്കുഞ്ഞുങ്ങൾ മാനത്തു പറന്നു. പലതരം മൃഗങ്ങൾ കാട്ടിലേക്കോടിപ്പോയി. അയാൾക്കു വിശ്വസിക്കാനായില്ല.

പിറ്റേദിവസം അയാൾ മുട്ടയുമായി കൊട്ടാരത്തിൽ എത്തി. രാജാവ് മുട്ട ഉടച്ചപ്പോൾ പക്ഷിക്കുഞ്ഞുങ്ങൾ മാനത്തേക്കു പറന്നു. മൃഗങ്ങൾ മുക്കുറയിട്ടു. ചുറ്റും മുള്ളുവേലി കെട്ടി മൃഗങ്ങളെ അതിന്നകത്താക്കി. പക്ഷികളെ കൂട്ടിലടച്ചു. ജനങ്ങൾ കാഴ്ച കണ്ടു മയങ്ങി.

കള്ളൻ മന്ത്രിക്ക് എന്നിട്ടും തൃപ്തിയായില്ല. മന്ത്രി പറഞ്ഞു: 'ഇവനെ നാടു കടത്തണം. അതിനെന്തെങ്കിലും സൂത്രം കണ്ടു

പിടിച്ചേ പറ്റൂ'.

'എന്തു സൂത്രം?' രാജാവു ചോദിച്ചു.

'അവനോട് ഒരു കുല മുന്തിരി കൊണ്ടുവരാൻ പറയണം.

ആ ഒരു കുല മുന്തിരികൊണ്ട് നമ്മുടെ രാജ്യത്തെ മുഴുവൻ പട്ടാളക്കാരുടെയും വയറു നിറയണം. എന്നിട്ടും മിച്ചം വരികയും വേണം.' രാജാവ് അയാളെ മുന്തിരി കൊണ്ടുവരാൻ പറഞ്ഞയച്ചു. നിരാശനായ ഗ്രാമീണൻ വീട്ടിൽ ചെന്നു വിവരം ഭാര്യയോടു പറഞ്ഞു.

ഭാര്യ വീണ്ടും അയാളെ കുറ്റപ്പെടുത്തി. 'ഞാനന്നേ പറഞ്ഞതല്ലേ നാടുവിടേണ്ടെന്ന്. ഇനിയിപ്പോ എന്താ ചെയ്യാൻ പോകുന്നത്? ഏതായാലും ആറ്റികരയിൽ ചെന്ന് അമ്മയെ കാണുക. അമ്മയുടെ തോട്ടത്തിലെ മുന്തിരിവള്ളിയിൽനിന്ന് ഒരു കുല മുന്തിരി തരാൻ പറ.'

അയാൾ ആറ്റിൻകരയിൽ ചെന്ന് അമ്മായിയെ വിളിച്ച് കാര്യം പറഞ്ഞു. മകൾ വിഷമത്തിലാണെന്ന് അയാൾ പറഞ്ഞു.

'അവൾക്കിപ്പോ എന്തിനാ മുന്തിരി?' അമ്മ ചോദിച്ചു.

'അതൊന്നും എനിക്കറിയില്ലാട്ടോ. രണ്ടു ദിവസമായി അവൾ മുന്തിരി വേണമെന്നുപറഞ്ഞ് ഒരേ ശാഠ്യം. എന്തിനാണെന്നു ചോദിച്ചിട്ടു പറഞ്ഞതുമില്ല. അതാ ഞാൻ പോന്നത്.'

അമ്മ മുന്തിരി കൊടുത്തു. അയാൾ അതുമായി കൊട്ടാരത്തിലേക്ക് പുറപ്പെട്ടു. വഴിയിൽ വെച്ച് അയാൾക്ക് വല്ലാതെ വിശന്നു. അയാൾ കുലയിൽനിന്ന് ഒരു മുന്തിരി പൊട്ടിച്ച് തിന്നു. അയാൾക്ക് വയർ നിറഞ്ഞു ശ്വാസം മുട്ടി.

അയാൾ കൊട്ടാരത്തിലെത്തി മുന്തിരിക്കുല രാജാവിന് ഏൽപ്പിച്ചു. പട്ടാളക്കാർ മുഴുവൻ തിന്നിട്ടും മുന്തിരി ബാക്കി.

'നമുക്കയാളുടെ ഭാര്യയെ തട്ടിക്കൊണ്ടുവരണം.'

'മന്ത്രി രാജാവിന്റെ കാതിൽ മന്ത്രിച്ചു.'

'പക്ഷേ, എങ്ങനെ?' രാജാവു ചോദിച്ചു.

'അങ്ങു വിഷമിക്കേണ്ട. പണിയുണ്ട്. പതിനാലു ഭാഷ അറിയുന്ന ഒരു ആൺകുട്ടിയെ കൊണ്ടുവരാൻ പറയണം അവനോട്. അങ്ങയുടെ പതിനാലു മന്ത്രിമാരുമായി ആ കുട്ടി പതിനാലു ഭാഷയിൽ സംസാരിക്കണം'.

രാജാവു വീണ്ടും ഗ്രാമീണനെ വിളിപ്പിച്ചു. 'പതിനാലു ഭാഷ

അറിയുന്ന ഒരാൺകുട്ടിയെ ഉടൻ കൊണ്ടുവരണം. അവൻ എന്റെ മന്ത്രിമാരുമായി പതിനാലു ഭാഷയിൽ സംസാരിക്കണം. അല്ലെങ്കിൽ നിന്റെ ഭാര്യയെ ഞാൻ അടിമയാക്കും.' രാജാവു കൽപ്പിച്ചു.

പാവം ചെറുപ്പക്കാരൻ! അവനു സങ്കടം വന്നുമുട്ടി. അവൻ വീട്ടിൽ ചെന്നു ഭാര്യയോടു കാര്യം പറഞ്ഞു. അവൾ പതിവുപോലെ തട്ടിക്കയറി. എന്നിട്ടു പറഞ്ഞു: 'ഏതായാലും എന്റെ അമ്മയെ ചെന്നു കാണൂ. എന്നിട്ട് ചോദിക്കണം ഞങ്ങളുടെ നാത്തൂൻ പ്രസവിച്ചോ? എങ്കിൽ മോനെ കുറച്ചു ദിവസം ഞങ്ങളുടെ കൂടെ താമസിക്കാൻ പറഞ്ഞയയ്ക്കണം.'

യുവാവ് ആറ്റിൻകരയിൽ ചെന്ന് അമ്മയെ വിളിച്ചു. ഭാര്യയുടെ സന്ദേശം അറിയിച്ചു. 'മരുമകനെ, അവർക്ക് പ്രസവവേദന തുടങ്ങിയതേ ഉള്ളൂ. കുറച്ചു നേരം കാത്തിരിക്ക്. ഇപ്പം പ്രസവിക്കും.'

മരുമകൻ പുഴയോരത്തു കാത്തിരുന്നു. ഏറെ നേരം കഴിഞ്ഞപ്പോൾ അമ്മായിഅമ്മ ചോരക്കുഞ്ഞുമായെത്തി. ചെറുപ്പക്കാരനെ കണ്ടതും കുഞ്ഞു ചോദിച്ചു:

'ഹാ ഇതാര് അമ്മാവനോ? അമ്മായിക്ക് സുഖം തന്നെയല്ലേ?'

ഒരു ചോരക്കുഞ്ഞ് ഇത്ര ഭംഗിയായിട്ട് സംസാരിക്കുകയോ! ചെറുപ്പക്കാരന് അതിശയം അടക്കാൻ കഴിഞ്ഞില്ല. അവൻ കുഞ്ഞിനെയും കൊണ്ടു വീട്ടിലേക്കു പുറപ്പെട്ടു. വഴി നീളെ അവൻ പലതും പറഞ്ഞുകൊണ്ടിരുന്നു. വീട്ടിലെത്തിയും അവൻ ചോദിച്ചു: 'എവിടെ അമ്മായി? സുഖം തന്നെയല്ലെ?'

അവർ കുഞ്ഞിനെയുംകൊണ്ടു കൊട്ടാരത്തിലെത്തി. പതിനാലു നാടുകളിൽനിന്നുള്ള മന്ത്രിമാർ രാജസദസ്സിൽ ഒത്തുകൂടി. പതിനാലുപേരോടും കുഞ്ഞു പതിനാലു ഭാഷയിൽ സംസാരിച്ചു. രാജസദസ്സ് അന്തംവിട്ടു. അവസാനം അവൻ അമ്മാവനോടും അമ്മായിയോടും യാത്രപറഞ്ഞു വീട്ടിലേക്കു മടങ്ങി.

'ഇതങ്ങനെ വിടാൻ പറ്റില്ല. മറ്റെന്തെങ്കിലും മാർഗം കണ്ടുപിടിച്ചേ മതിയാകൂ.' മന്ത്രി രാജാവിനെ എരിവുകയറ്റി. മന്ത്രിയുടെ ആഗ്രഹപ്രകാരം രാജാവു വീണ്ടും കൽപ്പന പുറപ്പെടു

വിച്ചു.

'തെക്കൻ രാജ്യത്തെ തെക്കെ മലയിൽ ചെന്നു പാരിജാത പുഷ്പം കൊണ്ടുവരണം. എന്നാൽ ഞങ്ങൾക്കു തൃപ്തിയായി. അല്ലെങ്കിൽ നിന്റെ ഭാര്യയെ ഞങ്ങൾ അടിമയാക്കും.'

'എനിക്കു കുറച്ചു കാലത്തെ അവധി വേണം. ഞാനില്ലാത്ത അവസരത്തിൽ ആരെങ്കിലും എന്റെ ഭാര്യയ്ക്കു കൂട്ടിരിക്കുകയും വേണം.'

രാജാവ് മകളെ അവന്റെ ഭാര്യയ്ക്ക് കൂട്ടിരിക്കാനായി അയച്ചു.

'എന്നെ മറക്കരുത്. ഈ മോതിരം കൈയിലിട്ടോളൂ.' ഭാര്യ കണ്ണീരോടെ പറഞ്ഞു.

'രാജാവിനോട് ഒരു കുതിരയെ തരാൻ പറ യാത്രയ്ക്ക്.'

രാജാവ് കുതിരയെ കൊടുത്തു. അയാൾ കുതിരപ്പുറത്തു കയറി യാത്രയായി. വഴിയിൽ കണ്ടവരോടെല്ലാം അയാൾ ചോദിച്ചു: 'തെക്കൻ രാജ്യത്തെ തെക്കെ മല എവിടെയാ?'

ആർക്കും അറിയില്ലായിരുന്നു.

എട്ടു മാസം അയാൾ യാത്ര ചെയ്തു ഒമ്പതാം മാസത്തിന്റെ തുടക്കത്തിൽ അയാൾ ഒരു അമ്മൂമ്മയെ പരിചയപ്പെട്ടു.

'തെക്കൻ രാജ്യത്തെ തെക്കൻ മല എവിടെയാ?' അയാൾ ചോദിച്ചു: 'എന്തിനാ തെക്കൻ മലയിൽ പോകുന്നത്?' 'അവിടെ

നിന്നു പാരിജാതപുഷ്പം പറിച്ചുകൊണ്ടു ചെല്ലാൻ രാജാവിന്റെ ആജ്ഞയുണ്ട്.'

അവർ പറഞ്ഞു: 'അതിന് ഇനിയും ഒരുപാടു പോകണം. തെക്കൻ മലയിലെ സുന്ദരിക്കു മാത്രമേ പൂവ് എവിടെയാണെന്ന് അറിയൂ. അവളെവിടെയാണെന്ന് അറിയണമെങ്കിൽ അവളുടെ മൂന്നു സഹോദരൻമാരെയും ചെന്നു കാണണം. ദേ, ആ കാണുന്ന മലയില്ലേ? അതിലേ പൊയ്ക്കോളൂ.'

വഴി ചൂണ്ടിക്കാണിച്ചുകൊടുത്തിട്ട് അമ്മൂമ്മ പോയി.

യുവാവ് ആദ്യം ചെന്നെത്തിയത് ഇളയ സഹോദരന്റെ വീട്ടിലായിരുന്നു. അയാളുടെ ഭാര്യ പുറത്തു വന്നു കാര്യം തിരക്കി. അവൾ അകത്തു ചെന്നു ഭർത്താവിനോടു പറഞ്ഞു.

'ഹേയ്, കിഴവാ. നിങ്ങളെ കാണാൻ ആരോ വന്നിരിക്കുന്നു.'

മുടിനരച്ച്, തൊലി ചുളിഞ്ഞ ഒരു വയസ്സൻ പുറത്തേക്കു വന്നു. യുവാവു ചോദിച്ചു: 'പാരിജാതം കയ്യിലുള്ള സുന്ദരി എവിടെയാണ് താമസിക്കുന്നത്?'

കിഴവൻ പറഞ്ഞു: 'എന്റെ നടുവിലത്തെ സഹോദരൻ അക്കാര്യം നിനക്കു പറഞ്ഞുതരും.'

യുവാവു നടുവിലത്തെ സഹോദരന്റെ വീട്ടിലെത്തി. അയാളുടെ ഭാര്യ പുറത്തുവന്നു ദേഷ്യപ്പെട്ടു: 'ഉം എന്താ വേണ്ടത്?'

'നിന്റെ ഭർത്താവിനെ ഒന്നു കാണണം.'

അവൾ ചവിട്ടിക്കുതിച്ച് അകത്തേക്കു പോയി. മുടിനരച്ചു കൂനിക്കൂടിയ അവളുടെ ഭർത്താവു പുറത്തേക്കു വന്നപ്പോൾ യുവാവു ചോദിച്ചു: 'പാരിജാതപുഷ്പം കയ്യിലുള്ള സുന്ദരി എവിടെയാണ് താമസിക്കുന്നത്?'

കിഴവൻ പറഞ്ഞു: 'എന്റെ മൂത്ത സഹോദരനെ ചെന്നു കാണ്.'

യുവാവു മൂത്ത സഹോദരന്റെ വീട്ടിലെത്തി. അയാളുടെ ഭാര്യ പുറത്തുവന്നിട്ടു പറഞ്ഞു: 'അദ്ദേഹം ഉറങ്ങുകയാണ്. ഉറങ്ങുമ്പോൾ വിളിക്കുന്നത് അദ്ദേഹത്തിന് ഇഷ്ടമില്ല. ഉണരുമ്പോൾ

ഞാൻ കാര്യം പറയാം.'

യുവാവിനു അത്ഭുതമായി. മറ്റു രണ്ടുപേരും ദുർമുഖികളായിരുന്നു. അവരുടെ ഭർത്താക്കൻമാരെ ഉറക്കെ ചീത്തവിളിച്ചിരുന്നു. ഇവൾക്കാകട്ടെ, ഉറങ്ങുന്ന ഭർത്താവിനെ ഉണർത്താൻ പേടി. അയാൾ കാത്തിരുന്നു.

മണിക്കൂറുകൾ കഴിഞ്ഞു. അയാൾക്കു മടങ്ങിച്ചെല്ലാൻ ഇനി ഒരാഴ്ചയേ ബാക്കിയുള്ളു.

അവസാനം മൂത്ത സഹോദരൻ ഉണർന്നു. ഭാര്യ വിവരം പറഞ്ഞപ്പോൾ അയാൾ പുറത്തേക്കു വന്നു. ചുവന്നു തുടുത്ത സുന്ദരനായ ഒരു ചെറുപ്പക്കാരൻ. ഇതെന്തൊരു മറിമായം. യുവാവ് അത്ഭുതപ്പെട്ടു. അയാളുടെ ഭാര്യ അയാളെ നന്നായി ശുശ്രൂഷിക്കുന്നുണ്ടാകണം. ഉറക്കത്തിൽ വിളിച്ചുണർത്താൻ പോലും അവൾ തയ്യാറല്ലായിരുന്നു.

മൂത്ത സഹോദരൻ പറഞ്ഞു: 'ഒരു ഉയർന്ന ഗോപുരത്തിന്റെ മുകളിലാണ് എന്റെ സഹോദരി താമസിക്കുന്നത്. മുകളിലേക്കു കയറിച്ചെല്ലാൻ ഒരു വഴിയും ഇല്ല. അവൾ വല്ലപ്പോഴും മട്ടുപ്പാവിൽ വന്നുനിന്നു തന്റെ മുടി അഴിച്ചു താഴോട്ടിടും. നീ ഗോപുരച്ചുവട്ടിൽ കാത്തിരിക്കണം. അവൾ മുടി അഴിച്ചിടുമ്പോൾ അതിൽ കയറി പിടിച്ചോളണം. മുടി മുകളിലേക്കു വലിച്ചുകയറ്റുമ്പോൾ അതിൽ പിടിച്ചു നിനക്കു മുകളിലെത്താം.'

യുവാവു ഗോപുരച്ചുവട്ടിൽ കാത്തിരുന്നു.

സുന്ദരിയായ യുവതി മട്ടുപ്പാവിൽ വന്നിരുന്നു മുടിയഴിച്ചു താഴേക്കിട്ടു. യുവാവു ഭയംകൊണ്ടു വിറച്ചു. രണ്ടു പ്രാവശ്യം ശ്രമിച്ചിട്ടും അവനു പിടികിട്ടിയില്ല. മൂന്നാം പ്രാവശ്യം അവൻ രണ്ടും കൽപ്പിച്ചു ചാടി മുടിയിൽ പിടിച്ചു. അപ്പോഴേക്കും പെണ്ണ് മുടി മുകളിലേക്ക് വലിച്ചു കയറ്റാൻ തുടങ്ങി. യുവാവ് വീഴാൻ പോയി. അവൻ ശ്വാസം അടക്കിപ്പിടിച്ചു. ഒരു വിധത്തിൽ മുകളിലെത്തി. സുന്ദരി യുവാവിനെ കാര്യമായി സൽക്കരിച്ചു. അവനു തിന്നാനും കുടിക്കാനും കൊടുത്തു. കളിതമാശ പറഞ്ഞു. 'നിന്നെ ഭാര്യയാക്കാൻ എനിക്കിഷ്ടക്കേടൊന്നുമില്ല. പക്ഷേ,

എനിക്ക് നാട്ടിലൊരു ഭാര്യയുണ്ട്. അവളെ രക്ഷിക്കാൻ വേണ്ടിയാണ് വാസ്തവത്തിൽ ഞാൻ വന്നതുതന്നെ.'

'ഭാര്യ ഉണ്ടായാലും എനിക്ക് പ്രശ്നമൊന്നുമില്ല. നിങ്ങൾ എന്നെ വിവാഹം കഴിക്കണം.' സുന്ദരി പറഞ്ഞു.

അയാൾ രാജാവിന്റെ കഥയൊക്കെ സുന്ദരിയോടു പറഞ്ഞു. രാജാവിൽനിന്നു ഭാര്യയെ രക്ഷിക്കണം. സമയം കുറച്ചേ ബാക്കിയുള്ളു.

സുന്ദരി എണീറ്റു ചെന്നു പൂ പറിച്ചു കൊടുത്തു. അയാളെ കുതിരപ്പുറത്തു കയറ്റി യാത്രയാക്കിയിട്ടു പറഞ്ഞു: 'ഉടനെ രാജാവിനെ ചെന്നു കാണൂ.'

കുതിര ആകാശത്തുകൂടെ പറക്കാൻ തുടങ്ങി. അവൻ നിമിഷങ്ങൾകൊണ്ടു സ്വന്തം രാജ്യത്തെത്തി. ഒമ്പതാം മാസം അവസാനിക്കാൻ പോകുന്നു. ഉടൻ കൊട്ടാരത്തിലെത്തിയില്ലെങ്കിൽ ആകെ കുഴങ്ങും. അയാൾ വീട്ടിലെത്തി വാതിലിൽ മുട്ടി. അച്ഛനായിരിക്കും എന്നു കരുതി രാജകുമാരി പറഞ്ഞു:

'എന്തിനാ അച്ഛാ തിരക്കു കൂട്ടുന്നത്? ഇനിയും നിമിഷങ്ങൾ ബാക്കിയുണ്ട്. അയാൾ ഇപ്പോൾ എത്തുമായിരിക്കും.'

'ഇതു ഞാൻതന്നെയാണ്. വാതിൽ തുറക്ക്.' യുവാവ് ഉറക്കെ വിളിച്ചുപറഞ്ഞു. യുവാവ് പൂവുമായി കൊട്ടാരത്തിലെത്തി.

യുവാവ് പൂവുമായി ജീവനോടെ എത്തിയിരിക്കുന്നു. ഇനി എന്തു ചെയ്യും? രാജാവും മന്ത്രിയും ആലോചിച്ചു.

അയാൾ വീട്ടിൽ തിരിച്ചെത്തിയപ്പോൾ തെക്കൻമലയിലെ സുന്ദരിയും എത്തിയിരുന്നു.

'രാജാവു നമ്മളെ സമാധാനമായി ജീവിക്കാൻ സമ്മതിക്കുമെന്നു തോന്നുന്നില്ല. നമുക്കു നാടു വിടാം.' അയാളുടെ ഭാര്യ പറഞ്ഞു.

സുന്ദരി പറഞ്ഞു: 'അതൊന്നും വേണ്ട. രാജാവിനെ ഞാൻ നേരിട്ടോളാം. നീ ഞാൻ പറയുന്നതുപോലെ രാജാവിനോടു ചെന്നു പറയുക. നേരം വൈകുന്നതിനുമുമ്പു ഞാൻ പുഴയ്ക്കു പാലം പണിയാം. രാജാവിനും പട്ടാളക്കാർക്കും മന്ത്രിമാർക്കും അവരുടെ കുടുംബങ്ങൾക്കും കുതിര, പൂന്തോട്ടം, വീട്, തുടങ്ങിയ എല്ലാറ്റിനും ഒന്നിച്ചു നിൽക്കാൻ കഴിയുന്ന ഒരു പാലം. അതിൽ ഞാൻ പരാജയപ്പെട്ടാൽ അങ്ങ് എന്റെ ഭാര്യയെ എടുത്തോളൂ. ഞാൻ എതിർക്കില്ല.'

'അയ്യോ, നേരം വെളുക്കുംമുമ്പ് പുഴയ്ക്കു പാലമോ? ഇതെങ്ങനെ സാധിക്കും?' യുവാവ് പേടിച്ചു വിറച്ചു.

'അതൊന്നും നീ അറിയണ്ട. നീ ഞാൻ പറഞ്ഞ വിവരം അറിയിച്ചാൽ മതി.'

സുന്ദരി പറഞ്ഞത് അയാൾ രാജാവിനെ അറിയിച്ചു. വെളുക്കുന്നതിനുമുമ്പ് അവൾ തന്റെ മുടികൊണ്ടു ബലമുള്ള പാലം കെട്ടി.

സൂര്യനുദിച്ചതും രാജാവും മന്ത്രിമാരും പട്ടാളക്കാരും കുടുംബാംഗങ്ങളും പരിവാരസമേതം എത്തി. എല്ലാരും പാലത്തിൽ കയറി. സുന്ദരി കുറച്ചു നേരം ക്ഷമിച്ചു. പെട്ടെന്നവൾ മുടി അയച്ചിട്ടു. പാലം പൊളിഞ്ഞു. രാജാവും പരിവാരവും വെള്ളത്തിൽ മുങ്ങി.

യുവാവ് രാജാവായി. ഭാര്യ റാണിയും. അവർ സുന്ദരിയെ മറ്റൊരു രാജ്യത്തെ രാജാവിന് വിവാഹം കഴിച്ചുകൊടുത്തു. യുവാവും ഭാര്യയും കൊല്ലങ്ങളോളം സുഖമായി ജീവിച്ചു.

4

ഓഹൈ

അച്ഛനും അമ്മയ്ക്കും ഒരേയൊരു മകൻ. അവർ അവനെ തറയിലും തലയിലുംവെക്കാതെ വളർത്തി വലുതാക്കി. മകനെ ഏതെങ്കിലും തൊഴിലിൽ നിപുണനാക്കണം എന്നാണ് അച്ഛന്റെ മോഹം. അങ്ങനെ അയാൾ മകനെയുംകൊണ്ടു ഗുരുവിനെ അന്വേഷിച്ചു പുറപ്പെട്ടു.

അവർ യാത്രചെയ്തു വലഞ്ഞു. ദാഹവും വിശപ്പും സഹിക്കാൻ കഴിഞ്ഞില്ല. അപ്പോഴാണ് ഒരു തടാകം കണ്ടത്. ദാഹിച്ചു വലഞ്ഞ അച്ഛൻ അറിയാതെ പറഞ്ഞുപോയി: 'ഓഹൈ'. പെട്ടെന്നു ജലദേവൻ മുന്നിൽ പ്രത്യക്ഷപ്പെട്ടിട്ടു ചോദിച്ചു: 'എന്നെ വിളിച്ചോ? എന്താ വേണ്ടത്? എങ്ങോട്ടാ യാത്ര?'

അച്ഛൻ പറഞ്ഞു: 'ഞാൻ ആരെയും വിളിച്ചില്ല. ദാഹിച്ചു വലഞ്ഞിരുന്നു. വെള്ളം കണ്ടപ്പോൾ സന്തോഷം അടക്കാനായില്ല. മകനെ എന്തെങ്കിലും നല്ല തൊഴിൽ പഠിപ്പിക്കണം. ഗുരുവിനെ അന്വേഷിച്ച് ഇറങ്ങിയിരിക്കുകയാണ്.'

'എന്തിനാ വെറുതെ അലഞ്ഞുനടക്കുന്നത്. അവനെ ഞാൻ ശിൽപ്പവേല പഠിപ്പിക്കാം. ഞാൻ നല്ലൊരു ശിൽപ്പിയാണ്.'

അച്ഛൻ മകനെ ജലദേവനെ ഏൽപ്പിച്ചു വീട്ടിലേക്കു മടങ്ങി.

കാലം കടന്നുപോയി. അയാളും ഭാര്യയും നിത്യവൃത്തിക്കു

പോലും വകയില്ലാതെ വല്ലാതെ കഷ്ടപ്പെട്ടു. വയസായതുകൊണ്ട് അയാൾക്കു ജോലിയൊന്നും ചെയ്യാനും വയ്യ.

'നിങ്ങൾ മോനെ ചെന്നു വിളിച്ചോണ്ടു വരിൻ'. അമ്മ പറഞ്ഞു.

നിവൃത്തിയില്ലാതായപ്പോൾ അച്ഛൻ തടാകത്തിനരികിൽ ചെന്നു വിളിച്ചു: 'ഓഹൈ'.

ഉടൻ ജലദേവൻ എത്തി. 'എന്താ വേണ്ടത്?'

'പട്ടിണി കിടന്നു മതിയായി. മോനെ വിളിക്കാൻ വന്നതാ. എനിക്കു വയസ്സായി. ജോലിയൊന്നും ചെയ്യാൻ വയ്യ. മകൻകൂടി പണിയെടുത്താൽ പട്ടിണി കൂടാതെ കഴിയാം.'

ഓഹൈ പറഞ്ഞു:

'അവനിതുവരെ തൊഴിലൊന്നും പഠിച്ചില്ലല്ലോ'.

'എങ്കിൽ അവൻ തിരികെ വരുന്നതുവരെ ജീവൻ നിലനിർത്താൻ ഞങ്ങളെ സഹായിക്കണം.'

ഓഹൈ വെള്ളത്തിനടിയിൽ ചെന്ന് ഒരു മേശവിരിപ്പു കൊണ്ടുവന്നു കൊടുത്തിട്ടു പറഞ്ഞു:

'വിശക്കുമ്പോൾ ഈ വിരിപ്പു വിരിച്ചോളൂ. വേണ്ടതു കിട്ടും.'

അയാൾ വിരിപ്പുമായി നാട്ടിലെത്തി. വീട്ടിൽ ചെന്നു മേശവിരിപ്പു വിടർത്തിയപ്പോൾ ഹാവു എന്താ അതിശയം! ബിരിയാണി, പറോട്ട, ആപ്പിൾ, മുന്തിരി, മനസ്സിൽ ആഗ്രഹിച്ചതെല്ലാം.

അയാളും ഭാര്യയും തിന്നും കുടിച്ചും സുഖമായി കഴിഞ്ഞു. ഭാര്യ തടിച്ചുകൊഴുത്തു സുന്ദരിയായി. അപ്പോൾ അവൾക്കൊരു മോഹം. രാജകുമാരിയെ വിരുന്നിനു ക്ഷണിക്കണം. അവൾ ഭർത്താവിനോടു അഭിപ്രായം ചോദിച്ചു.

'വേണ്ടാത്ത പണിക്കൊന്നും പോവണ്ടെടി. ഈ വിരികണ്ട് അത് അവർക്കു വേണമെന്നു പറഞ്ഞാൽ ആകെ കുഴയും.'

'ശ്ശെ, രാജകുമാരി അങ്ങനെയൊന്നും പറയില്ല. രാജകുമാരി നമ്മുടെ വീട്ടിൽ വിരുന്നിനു വന്നു എന്നറിഞ്ഞാൽ നാട്ടുകാരുടെ ഇടയിൽ നമ്മുടെ നിലയും വിലയും ഏറും. ഞാനേതായാലും രാജകുമാരിയെ വിരുന്നിനു ക്ഷണിക്കാൻ പോവുകയാണ്. എതിരൊന്നും പറയണ്ട.' 'ഈ കളി നല്ലതല്ല. നീ ദു:ഖിക്കേണ്ടിവരും.'

പക്ഷേ, ഭാര്യ കേട്ടില്ല. അവൾ രാജകുമാരിയെയും അവരുടെ ചുറ്റുവട്ടത്തുള്ളവരെയുമെല്ലാം വിരുന്നിനു ക്ഷണിച്ചു.

എല്ലാവരും നേരത്തെ തന്നെ എത്തി. വന്നവർ അടുക്കള കണ്ട് അത്ഭുതപ്പെട്ടു. രാജകുമാരിയെ വിരുന്നിനു ക്ഷണിച്ചിരിക്കുകയാണ്. എന്നിട്ടും വീട്ടിൽ വിരുന്നിന്റെ യാതൊരു ഒരുക്കവും ഇല്ല. കലവറ കാലി. അടുപ്പിൽ തീ പോലും കൂട്ടിയിട്ടില്ല. വീട്ടുകാരി വിരുന്നുകാരിയെപ്പോലെ അണിഞ്ഞൊരുങ്ങിയിരിക്കുന്നു.

'ഇവളെന്താ നമ്മളെ കളിയാക്കുകയാണോ? എന്തിനാ കാര്യമായി വന്നു വിളിച്ചത്? അടുക്കളയിൽ തീയും പുകയും ഇല്ല.' വന്നവർ പരസ്പരം പറഞ്ഞു.

ഭക്ഷണത്തിനു സമയമായപ്പോൾ ഗൃഹനായിക മേശവിരിപ്പു നിരത്തി. ഹൗ! നിറയെ തീറ്റസാധനങ്ങൾ. എന്തൊരു മണം. എല്ലാവരും വയറുനിറയെ തിന്നു.

'ആ വിരിപ്പ് എനിക്കു വേണം'. രാജകുമാരി മന്ത്രിയോടു പിറുപിറുത്തു.

'ഇതുപോലൊരെണ്ണം കൊട്ടാരത്തിലുണ്ട്. പെട്ടെന്ന് ചെന്ന് എടുത്തോണ്ടുവാ.'

അവർ ഗ്രാമത്തലവനെ കൊട്ടാരത്തിലേക്ക് ഓടിച്ചു. രാജകുമാരി സൂത്രത്തിൽ മേശവിരിപ്പു മാറ്റി.

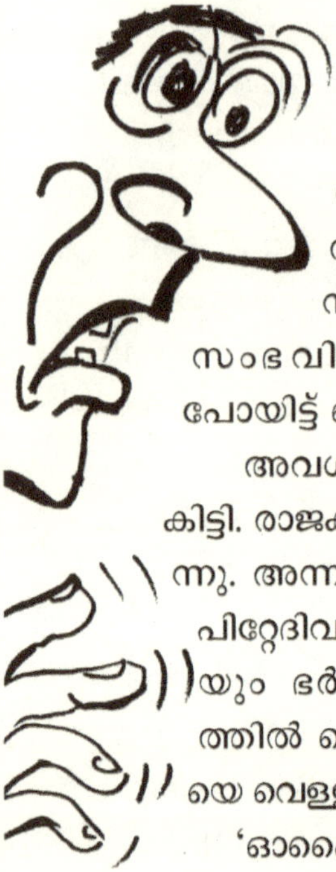

വിരുന്നുകാർ ഓരോരുത്തരായി പിരിഞ്ഞു. വൈകുന്നേരമായപ്പോൾ വീട്ടുകാരിക്കു നല്ല വിശപ്പ്. അവൾ മേശവിരിപ്പ് നിവർത്തി. ഒന്നും സംഭവിച്ചില്ല. ഭക്ഷണം പോയിട്ട് വെള്ളംപോലുമില്ല. അവൾക്കു സംഗതി പിടികിട്ടി. രാജകുമാരി പറ്റിച്ചിരിക്കുന്നു. അന്നു പട്ടിണി കിടന്നു. പിറ്റേദിവസം രാവിലെ ഭാര്യയും ഭർത്താവും തടാകത്തിൽ ചെന്നു വയറു നിറയെ വെള്ളം കുടിച്ചിട്ടു വിളിച്ചു:

'ഓഹൈ'

ഓഹൈ ഉടൻ എത്തി.

'ഇനിയെന്താ പ്രശ്നം?'

'ഞങ്ങൾക്കു വിശക്കുന്നു.'

'ഞാൻ തന്ന മേശവിരിപ്പ് എന്തു ചെയ്തു?'

'അത് ഇന്നലെ വീട്ടിൽ വിരുന്നുവന്ന രാജകുമാരി കട്ടുകൊണ്ടുപോയി.'

ഓഹൈ ഒരു മത്തൻ കൊടുത്തിട്ടു പറഞ്ഞു 'ഇതാ ഈ മത്തനെടുത്തോളൂ. ഇതൊന്നു വെറുതെ കുലുക്കിയാൽ കാലാൾപ്പടയുടെ ഒരു നിരതന്നെ വന്നു രാജകുമാരനെയും രാജകുമാരിയെയും ആക്രമിക്കും.'

അവർ മത്തനുമായി വീട്ടിലെത്തി. അതൊന്നു കുലുക്കിയപ്പോൾ അതാ നിരനിരയായി പട്ടാളം. അവർ കൊട്ടാരത്തിന്റെ മതിലുകൾ തകർത്തുകൊണ്ടു രാജകുമാരിയുടെ മണിമാളികയിലെത്തി. അവർ മതിലും വാതിലും ജനലും അടിച്ചു തകർക്കാൻ തുടങ്ങി. ആൾക്കാർ തടിച്ചുകൂടി.

'എന്താ ഈ കാണിക്കുന്നത്?' അവർ ചോദിച്ചു.

'ഞങ്ങളുടെ മേശവിരിപ്പ് എവിടെ? രാജകുമാരി കട്ടെടുത്ത മേശവിരി?'

പേടിച്ചരണ്ട രാജകുമാരി മേശവിരി തിരിച്ചുകൊടുത്തു. പട്ടാളക്കാർ അതുമായി ഗ്രാമീണന്റെ വീട്ടിൽ തിരിച്ചെത്തി. അയാൾ അവരെ വീണ്ടും മത്തങ്ങയ്ക്കകത്താക്കി. മത്തങ്ങ ചുമരിലെ വളയത്തിൽ കെട്ടിത്തൂക്കി.

വർഷങ്ങൾ ഒരുപാടു കഴിഞ്ഞു ഗൃഹനാഥൻ ഭാര്യയോടു പറഞ്ഞു: 'എടീ, മോനെ കാണാഞ്ഞിട്ട് ഒരു പൊറുതിയുമില്ല. ഇനി നമ്മളെത്രകാലം ജീവിച്ചിരിക്കുമെന്ന് ആരു കണ്ടു? അവൻ ജോലിയൊക്കെ പഠിച്ചു മിടുക്കനായിരിക്കും. നമുക്ക് ചെന്ന് അവനെ കൂട്ടിക്കൊണ്ടുവരണം.'

അവർ തടാകത്തിൽ ചെന്നു വെള്ളം കുടിച്ചിട്ട് 'ഓഹൈ' എന്നു വിളിച്ചു.

'എന്തിനാ വിളിച്ചത്?' ഓഹൈ ചോദിച്ചു.

'ഞങ്ങളുടെ മകനെ കാണാൻ കണ്ണ് കൊതിക്കുന്നു. അവനിപ്പോൾ പണിയൊക്കെ പഠിച്ചുകാണുമല്ലോ?'

'ഞാൻ ചെന്ന് നോക്കീട്ട് വരാം. അവൻ പണിയിൽ സമർഥനാണെങ്കിൽ തീർച്ചയായും കൂട്ടിക്കൊണ്ടുവരാം.'

അതു പറഞ്ഞ് 'ഓഹൈ' വെള്ളത്തിൽ മുങ്ങാൻകുഴിയിട്ടു.

ഓഹൈയ്ക്ക് ഒരു മകളുണ്ട്. അവൾ യുവാവിനോടു പറഞ്ഞു.

'നീ ഈ തലകൾ കാണുന്നില്ലേ. ഇതൊക്കെ എന്റെ അച്ഛന്റെ ശിഷ്യൻമാരുടേതാണ്. അച്ഛൻ തൊഴിൽ പഠിച്ചോ എന്നു ചോദിച്ചാൽ ഇല്ല എന്നേ പറയാവൂ. അല്ലെങ്കിൽ നിന്റെ തലയും കൊയ്യും.'

അവിടെ എത്തിയ ഓഹൈ ചോദിച്ചു.

'മകനേ, നീ തൊഴിൽ പഠിച്ചോ? നിന്റെ അച്ഛനും അമ്മയും നിന്നെ വിളിക്കാൻ വന്നിരിക്കുന്നു.'

'ഇല്ല.'

ഓഹൈ അവനെ തലങ്ങും വിലങ്ങും ഇടിക്കാനും അടി

ക്കാനും തുടങ്ങി. 'പണി പഠിച്ചെന്നു പറ, പണി പഠിച്ചെന്നു പറ.'

'ഇല്ല, ഇല്ല' യുവാവ് അതുതന്നെ ആവർത്തിച്ചു.

അവസാനം ഓഹൈ തളർന്നു.

'ഇതാ നിങ്ങളുടെ മകൻ'. ഓഹൈ യുവാവിനെ അവന്റെ അച്ഛനമ്മമാരെ ഏൽപ്പിച്ചു.

'ഇപ്പോൾ ചെല്ല്. നിനക്കു ഞാൻ കാണിച്ചുതരാം.'

ഓഹൈ പറയുന്നുണ്ടായിരുന്നു.

യുവാവ് ഒരു കറുത്ത കുതിരയായി കുതിച്ചു ചാടി.

കുറച്ചു ദൂരം ചെന്നപ്പോൾ അവൻ വീണ്ടും യുവാവായി. മകനെ കാണാതെ വിഷമിച്ച അച്ഛൻ പറഞ്ഞു. 'നീ എവിടെ പ്പോയിരുന്നു? കഷ്ടമായിപ്പോയി. നീകൂടി ഉണ്ടായിരുന്നെങ്കിൽ നമുക്കാ കറുത്ത കുതിരയെ തളയ്ക്കാമായിരുന്നു.'

വഴിക്കുവെച്ചു മകൻ പല പല മൃഗങ്ങളുടെ രൂപംപൂണ്ട് ഓടാൻ തുടങ്ങി. വീട്ടിലെത്തിയപ്പോൾ അവൻ അച്ഛനോടു പറഞ്ഞു

'നിങ്ങൾ കണ്ട കുതിര, കലമാൻ, മാൻ തുടങ്ങിയ മൃഗങ്ങളെല്ലാം ഞാൻ തന്നെയായിരുന്നു. രൂപം മാറാനുള്ള ഈ ജോലിയാണ് ഞാൻ പഠിച്ചത്. ഞാൻ വീണ്ടുമൊരു കുതിരയാവാം. അപ്പോൾ നിങ്ങളെന്നെ വിറ്റോളൂ. പക്ഷേ, എന്റെ കടിഞ്ഞാൺ വിൽക്കരുത്. കടിഞ്ഞാൺ പോയാൽ എനിക്കു തിരിച്ചുവരാനാവില്ല.'

യുവാവ് പല പ്രാവശ്യം വെളുത്ത കുതിരയും കറുത്ത കുതിരയുമായി. അച്ഛൻ അവനെ അങ്ങാടിയിൽ കൊണ്ടുചെന്നു വിൽക്കും. രാത്രി അവൻ വീണ്ടും വീട്ടിൽ തിരിച്ചെത്തും. ഒരിക്കൽ മകനെ വിൽക്കാൻ വന്ന ഗ്രാമീണനെ അങ്ങാടിയിൽ രൂപം മാറി എത്തിയ ഓഹൈ തിരിച്ചറിഞ്ഞു. പക്ഷേ, അച്ഛന് ഓഹൈയെ മനസിലായില്ല. 'ഈ കുതിരയ്ക്ക് എന്തുവേണം? ഓഹൈ ചോദിച്ചു.

'നൂറ്റമ്പതു സ്വർണനാണയം'.'കടിഞ്ഞാൺ തരില്ല.'

'കടിഞ്ഞാണടക്കമാണെങ്കിൽ തരാം.'

'കടിഞ്ഞാണടക്കം തരികയാണെങ്കിൽ ഇരുനൂറ് സ്വർണ നാണയം തരാം.' അച്ഛൻ സമ്മതിച്ചു.

ഓഹൈ കുതിരയുമായി വീട്ടിലെത്തി. കുതിരയെ തൂണിൽ കെട്ടിയിട്ട് അയാൾ മകളോടു പറഞ്ഞു: 'ഇതിനെ ഒന്ന് കണ്ണുവെച്ചോളണം. ഞാനെന്റെ അമ്പും വില്ലും എടുത്തോണ്ട് വരട്ടെ.'

മകൾ കുതിരയെ കെട്ടഴിച്ചു വിട്ടു. അവൻ ഒരു പ്രാവായി പറന്നുയർന്നു. ഓഹൈ ഒരു പരുന്തായി പ്രാവിനെ പിന്തുടർന്നു.

പറക്കുന്നതിനിടയിൽ ഒരു വിവാഹ പ്പാർട്ടി പ്രാവിന്റെ കണ്ണിൽപ്പെട്ടു. അവൻ ഒരു പനിനീർപ്പൂവായി അതിഥികൾക്കി ടയിൽ വീണു. ഇതുകണ്ട ഓഹൈ ഒരു ചെണ്ടയായി ഗായകസംഘത്തിന്റെ കയ്യിലെത്തി. അതിഥികളെല്ലാം റോസാപ്പൂക്കൾ മണത്തുനോക്കാൻ തുടങ്ങി. ചെണ്ടക്കാരൻ ചെണ്ടക്കോ ലെടുത്തു ചെണ്ടമേൽ അടിയോടടി. പനിനീർപ്പൂവാകട്ടെ, ഒരു പിടി ധാന്യ മായി മാറി ഭൂമിയിൽ അവിടവിടെ വിത റാൻ തുടങ്ങി. ഒരു മണി ധാന്യം ഒരു വിരുന്നുകാരന്റെ ചെരിപ്പിനടിയിൽപ്പെട്ടു. ചെണ്ട പെട്ടെന്നു

കോഴിയായി മാറി. ധാന്യം കൊത്തിത്തിന്നാൻ തുടങ്ങി. പക്ഷേ, ചെരിപ്പിനടിയിൽ പറ്റിപ്പിടിച്ച ധാന്യം കുറുക്കനായി മാറി. കുറുക്കൻ കോഴിയെ ഓടിച്ചിട്ടു കൊന്നു. കുറുക്കൻ വീണ്ടും യുവാവായി മാറി. കല്യാണക്കാരുടെ കൂടെക്കൂടി.

അപ്പോൾ ആകാശത്തുനിന്നും മൂന്ന് ആപ്പിളുകൾ വന്നു വീണു. ഒന്ന് കഥ പറയുന്ന യുവാവിന്, ഒന്ന് കേൾക്കുന്ന ആളിന്, മൂന്നാമത്തതാകട്ടെ; ലോകത്തിനും.

www.ingramcontent.com/pod-product-compliance
Lightning Source LLC
LaVergne TN
LVHW040832051026
849519LV00007BB/2832